കെഎസ്ഇബി കഥകൾ

Bodhi Books
Pathiyoor P.O., Kayamkulam
Alappuzha - 690508, Kerala, India
E-mail: bodhibooks03@gmail.com
Tel: +91 9447304886

KSEB KATHAKAL
by **Lekha Biju**
Memoirs / Malayalam

First Published by Bodhi Books: September, 2023

Typesetting: Bodhi Books
Cover & Book Design:
Chembarathi Creatives, Kottayam

ISBN: 978-81-959646-1-1

Price **Rs. 150**
Production No. B-B-156-1-300-09-23

Printed and bound in India by
Repro Mumbai

കെ എസ് ഇ ബി കഥകൾ

ലേഖ ബിജു

ബോധി ബുക്സ്
കായംകുളം - 690 508

പ്രസാധകക്കുറിപ്പ്

ഔദ്യോഗികജീവിതത്തിനിടയിലെ സംഘർഷങ്ങളും ചിരിയും ഹൃദയത്തിൽ തൊട്ട അനുഭവങ്ങളും ഋജുവായ ഭാഷയിൽ കോറിയിടുന്നതാണ് കെഎസ്ഇബി കഥകൾ എന്ന ഈ പുസ്തകം. ലേഖ ബിജുവാണ് രചയിതാവ്. മനുഷ്യത്തത്തിന്റെയും ക്ഷമയുടെയും കരുതലിന്റെയും ഉന്നതവും അചുംബിതവുമായ സന്ദർഭങ്ങളിലൂടെയാണ് എഴുത്തുകാരി വായനക്കാരനെ കൊണ്ടുപോകുന്നത്. വക്രതയില്ലാതെ ആശയങ്ങളെ അവതരിപ്പിക്കാനുള്ള കഴിവ് പ്രശംസനീയമാണ്. വായനക്കാരനെ ആഴത്തിൽ സ്വാധീനിക്കാൻ കഴിയുന്ന ഈ രചന അഭിമാനത്തോടെയാണ് ബോധി ബുക്സ് കൈരളിക്കു സമർപ്പിക്കുന്നത്.

ലേഖ ബിജു

1974-ൽ ചേർത്തലയിൽ ജനനം. കൊല്ലമ്മാരത്ത് - ഷൈലജാസദനത്തിൽ പിആർ ചെല്ലപ്പൻ, കെകെ ജാനമ്മ എന്നിവരാണ് മാതാപിതാക്കൾ.

കാർമ്മൽ പോളിടെക്നിക്കിൽ നിന്ന് ഇലക്ട്രിക്കൽ എഞ്ചിനീയറിങ്ങിൽ ഡിപ്ലോമ, ഇൻസ്റ്റിറ്റ്യൂട്ട് ഓഫ് എഞ്ചിനീയേഴ്സ് (ഇന്ത്യ), കൊൽക്കട്ട യിൽ നിന്ന് ഇലക്ട്രിക്കൽ എഞ്ചിനീയറിങ്ങിൽ ബിരുദം. സതേൺ റെയിൽവേയിൽ ഔദ്യോഗികജീവിതം തുടങ്ങി. തിരുവനന്തപുരം ഡിവിഷനു കീഴിൽ എറണാകുളത്ത് അസിസ്റ്റന്റ് ലോക്കോ പൈലറ്റായി മൂന്നുവർഷം സേവനമനുഷ്ഠിച്ചു. ഇപ്പോൾ കെഎസ്ഇബിയിൽ അസിസ്റ്റന്റ് എഞ്ചിനീയർ. ചങ്ങനാശ്ശേരിയിൽ സ്ഥിരതാമസം.

ഭർത്താവ്: ബിജു എം., കെഎസ്ഇബി അസിസ്റ്റന്റ് എഞ്ചിനീയർ.

മക്കൾ: മീനാക്ഷി, കാർത്ത്യായനി

വിലാസം: തിരുവാതിരചെട്ടിശ്ശേരിൽ, തുരുത്തി പി.ഒ.,
ചങ്ങനാശ്ശേരി, കോട്ടയം - 686535.

ഫോൺ: 9497666282

ആമുഖം

പ്രീഡിഗ്രിക്ക് പഠിക്കുമ്പോൾ എപ്പോഴോ ആണ് കെ.എസ്.ഇ.ബി. എന്റെ മനസ്സിൽ കയറി ഒരു കസേര വലിച്ചിട്ടിരുന്നത്. അടുത്തുള്ള വീട്ടിലെ കെ.എസ്.ഇ.ബി. സബ് എൻജിനീയർ ആയിരുന്ന ചേട്ടൻ ലൈൻമാൻമാരുമായി ചേർന്ന് ജോലി ചെയ്യുന്നത് ശ്രദ്ധയിൽപ്പെട്ടിട്ടാവണം ഞാനും കെ.എസ്.ഇ.ബി.യിലെ ജോലി സ്വപ്നം കാണാൻ തുടങ്ങിയത്. അപ്പോൾ മുതലേ പത്രങ്ങളിൽ കെ.എസ്.ഇ.ബി.യെ പറ്റി വരുന്ന കുറിപ്പുകൾ കട്ട് ചെയ്ത് സൂക്ഷിച്ചു വയ്ക്കുമായിരുന്നു. എങ്കിലും ആദ്യം റെയിൽവേയിൽ അസിസ്റ്റന്റ് ലോക്കോ പൈലറ്റ് ആയിട്ടാണ് ഞാൻ എന്റെ ഔദ്യോഗിക ജീവിതം ആരംഭിച്ചത്. മൂന്നുവർഷത്തിനുശേഷം സ്വപ്നംകണ്ടതുപോലെ കെ.എസ്.ഇ.ബി.യിൽ സബ് എഞ്ചിനീയർ ആയി ജോലി കിട്ടിയപ്പോൾ ഇഷ്ടപ്പെട്ടു തുടങ്ങിയ റെയിൽവേ ജോലി തെല്ലു ദുഃഖത്തോടെയാണെങ്കിലും രാജിവച്ചു.

കെ.എസ്.ഇ.ബി. ജോലി അത്രയേറെ ഇഷ്ടപ്പെട്ടു വന്നതുകൊണ്ടാവാം ഞാൻ വളരെ ആസ്വദിച്ചാണ് ജോലി ചെയ്യുന്നത്. സർവീസിന്റെ ഭൂരിഭാഗവും ഡിസ്ട്രിബ്യൂഷൻ സെക്ഷൻ ഓഫീസുകളിൽ ആയിരുന്നു. പൊതുജനങ്ങളുമായി ഏറ്റവും കൂടുതൽ സമ്പർക്കമുള്ള ഓഫീസുകളാണ് ഡിസ്ട്രിബ്യൂഷൻ ഓഫീസുകൾ.

സമൂഹത്തിന്റെ പലതലത്തിലുള്ളവരും, പലവിധത്തിലുള്ള മാനസിക അവസ്ഥയിലുള്ളവരുമായ ഉപഭോക്താക്കൾ, രസികന്മാരായ സഹപ്രവർത്തകർ തുടങ്ങിയവരൊക്കെ ചേർന്ന് ചിന്തിപ്പിക്കുന്നതും, മനസ്സിൽ തട്ടുന്നതും, രസകരവുമായിട്ടുള്ള പല സംഭവങ്ങളും ഓരോ ദിവസവും സെക്ഷൻ ഓഫീസുകളിൽ അരങ്ങേറാറുണ്ട്.

ഒഴിവു സമയങ്ങളിൽ ഇതുപോലെയുള്ള പല സംഭവങ്ങളും മനസ്സിലേക്ക് കടന്നു വരാറുണ്ട്. അവയിൽ ചിലത് കുറിപ്പ് രൂപത്തിൽ ഫേസ്ബുക്കിൽ പോസ്റ്റ് ചെയ്തിരുന്നു. അവയ്ക്ക് കിട്ടിയ പ്രോത്സാഹനമാണ് എഴുത്തു തുടരാൻ എന്നെ പ്രേരിപ്പിച്ചത്.

കെ.എസ്.ഇ.ബി. ലിമിറ്റഡ് എന്ന മഹത്തായ സ്ഥാപനത്തിന്റെ ഭാഗമാകാൻ സാധിച്ചതിൽ ജഗദീശ്വരന് നന്ദി പറയുന്നു. ഈ കുറിപ്പുകൾ പുസ്തകരൂപത്തിലാക്കുവാൻ സഹായിച്ച ശ്രീ ഹരികുമാർ ഇളയിടത്തിനും ബോധി ബുക്സിനും പ്രത്യേകം നന്ദി.

ഈ കുറിപ്പുകൾ എഴുതുവാൻ എനിക്ക് അനുഭവങ്ങളുടെ വെളിച്ചം വീശി തന്ന കെ.എസ്.ഇ.ബി.യുടെ പ്രിയപ്പെട്ട ഉപഭോക്താക്കൾ, എന്നെ ജോലിയിൽ വളരെ നന്നായി പ്രോത്സാഹിപ്പിച്ച എന്റെ മേലുദ്യോഗസ്ഥർ, പ്രിയപ്പെട്ട സഹപ്രവർത്തകർ, വഴികാട്ടിയായ ഗുരുക്കന്മാർ, ഏറ്റവും പ്രിയമുള്ള സൗഹൃദങ്ങൾ, സഹോദരങ്ങൾ, പ്രിയപ്പെട്ട അച്ഛനമ്മമാർ, സർവ്വോപരി എന്റെ എഴുത്തിനെ എപ്പോഴും പ്രോത്സാഹിപ്പിച്ചുകൊണ്ടിരിക്കുന്ന പ്രിയ ഭർത്താവ്, മക്കൾ എല്ലാവർക്കുമായി ഹൃദയപൂർവം സമർപ്പിക്കുന്നു.

ലേഖാ ബിജു

അകം

എ. ഇ. യോ.... ഇതോ..!

കുറച്ചുനാൾ മുൻപ് കിടങ്ങറ പുഞ്ച സെക്ഷനിൽ ജോലി ചെയ്യുന്ന സമയം. ഉച്ചയ്ക്ക് ഊണുകഴിഞ്ഞു മുറിക്കു പുറത്തേക്കിറങ്ങിയപ്പോൾ ഫ്രണ്ട് ഓഫീസിലെ ഒരു കസേരയിൽ നന്നേ വയസ്സായ ഒരമ്മൂമ്മയിരിക്കുന്നു. എന്തിനാ വന്നതെന്ന് ഞാൻ ചോദിച്ചപ്പോൾ...

"ഒരു പരാതിയുണ്ട്..." അമ്മൂമ്മ പറയാൻ അത്ര താത്പര്യമില്ലാത്ത പോലെ പറഞ്ഞു.

"എന്താ പരാതി?" ഞാൻ ആകാംക്ഷയോടെ ചോദിച്ചു.

"അത് ഞാൻ ഇവിടുത്തെ ഏറ്റവും വലിയ സാറിനോട് പറഞ്ഞോളാം." അമ്മൂമ്മയ്ക്ക് വലിയ മൈന്റില്ല... !

എനിക്ക് ചിരി വന്നു. ഇതൊക്കെ കേട്ടിരുന്ന ഓവർസീയർ, "ഇതാണ് ഇവിടെ ഉള്ളതിൽ ഏറ്റവും വലിയ സാർ. ഈ മാഡമാണ് ഇവിടുത്തെ എ.ഇ."

അമ്മൂമ്മയ്ക്ക് ആകെക്കൂടി ഒരു വിശ്വാസക്കുറവ്. ഒരു സംശയം.എന്നിട്ട് എഴുന്നേറ്റുനിന്നിട്ട് ഒരു ചോദ്യം: "എ ഇ യോ ഇതോ..?" (മുഖത്ത് പരമ പുച്ഛഭാവം) എന്നിട്ട് വിരലുകൾ കൊണ്ട് വായും മൂക്കും കൂടി ചേർത്ത് പൊത്തിപിടിച്ചു നീട്ടി ചീറ്റി ഒരുമൂളലും, ചിരിയും.

എനിക്ക് പൊട്ടിച്ചിരിക്കാതിരിക്കാൻ കഴിഞ്ഞില്ല. (മനസ്സിൽ, സലിംകുമാർ സ്റ്റൈലിൽ, "കണ്ടാൽ ഒരു ലുക്ക് ഇല്ലെന്നേയുള്ളു... ഭയങ്കര ബുദ്ധിയാ..." എന്നൊക്കെ പറയണമെന്നു തോന്നിയെങ്കിലും ഓഫീസിലുള്ളവർക്ക് എന്റെ ബുദ്ധി നന്നായറിയാമല്ലോ..! അവരു കളിയാക്കിയാലോ എന്നുകരുതി മിണ്ടിയില്ല). ഞാൻ ചിരിയടക്കിക്കൊണ്ട് വീണ്ടും ചോദിച്ചു. എന്താ അമ്മൂമ്മേടെ പരാതി. എന്റെ മീറ്റർ കേടാണ് അത് മാറ്റിവച്ച് തരണം. അപ്പോൾ അതാണ് കാര്യം. ഞാൻ ബില്ല് വാങ്ങി കൺസ്യൂമർ നമ്പർ നോട്ട് ചെയ്തിട്ട്, പൊയ്ക്കോളൂ മീറ്റർ മാറ്റി തരാം എന്നുപറയുമ്പോളും അമ്മൂമ്മയ്ക്ക് വിശ്വാസം അത്ര പോരാ എന്ന ഭാവത്തിൽ എന്നെ നോക്കി

ചിരിച്ചുമടങ്ങി.

അന്ന് കുറച്ചുനേരം കഴിഞ്ഞ് ഇൻസ്പെക്ഷനു വന്ന എക്സിക്യൂട്ടീവ് എഞ്ചിനീയർ മോഹനൻ സാറിനോട് (ശ്രീ മോഹൻ ഗോപാലൻ) ഇക്കാര്യം തമാശരൂപേണ പറഞ്ഞപ്പോൾ, സാർ വളരെ ഗൗരവത്തിൽ പറയുവാ... അത് പിന്നെ സാരിയൊക്കെ ഉടുത്തുവന്നാലെ ഒരു ഓഫീസർ ലുക്ക് വരൂ ഇത് ചുമ്മാതെ ചുരിദാറുമിട്ടു കോളേജ് പിള്ളാര് നടക്കുന്നപോലെ നടന്നാൽ ആർക്കും സംശയം തോന്നും. പ്രത്യേകിച്ച് ഇതുപോലുള്ള നാട്ടിൻപുറങ്ങളിൽ.

പിന്നേ... അഞ്ചാറു മീറ്റർ നീളമുള്ള സാരിയും ചുറ്റിയിട്ട് കണ്ണു തെറ്റിയാൽ കായലിൽ വീഴുന്ന കുട്ടനാട്ടിൽ നടക്കുന്ന ഈ എന്നെ നിര്യാതരായി കോളത്തിൽ കാണാനല്ലേ... പോയാൽ എന്റെ മക്കൾക്കും കെട്ടിയോനും (?) പോയി. സാറിനൊന്നുമില്ലല്ലോ... എന്നൊക്കെ പറയാൻ മനസ്സിൽ തോന്നിയെങ്കിലും പുറത്ത് പറഞ്ഞില്ല. കാരണം കർക്കശക്കാരനാണെങ്കിലും എനിക്ക് ഒരുപാട് സ്നേഹവും ബഹുമാനവുമൊക്കെ തോന്നിയ ഒരു ഓഫീസറാണദ്ദേഹം. എന്നുവച്ചു ഞാൻ ഒന്നും മിണ്ടാതിരിക്കില്ല എന്ന് കരുതരുത്. സാറിനോട് ചോദിച്ചാൽ നാക്ക് വളച്ചാൽ തറുതലയേ പറയൂ എന്നാവും ചിലപ്പോൾ മറുപടി. കോൺഫെറൻസുകളിൽ വർക്കിന്റെ പ്രോഗ്രസ്സ് കാർഡിൽ ചുവന്ന വര വീഴാത്തതുകൊണ്ട് സാറിനു എന്നോട് ഒരു പ്രത്യേക സ്നേഹമുണ്ടായിരുന്നു, കേട്ടോ.

ഇപ്പോൾ കാഞ്ഞിരപ്പള്ളിയിൽ ജോലിചെയ്യാൻ തുടങ്ങിയിട്ട് രണ്ടു വർഷമാകുന്നു. ഒരുവർഷം മുന്നേ ഞാൻ ക്യാബിനിൽ ഇരിക്കുമ്പോൾ എതിർവശത്തായി ഓവർസിയറുടെ സീറ്റിനു മുന്നിൽ ഒരു തട്ടമിട്ട ഉമ്മ നിൽക്കുന്നു. ആളൊഴിഞ്ഞ സീറ്റിനു മുന്നിൽ കുറച്ചുനേരമായി നിൽക്കുന്ന അവരോട് എന്തിനാ നിൽക്കുന്നേ എന്നു ചോദിച്ചപ്പോൾ, ഏയ് ഒരാളെ കാണാനാണ് എന്നുപറഞ്ഞൊഴിഞ്ഞു. പിന്നെയും കുറെ നേരം കഴിഞ്ഞപ്പോൾ ഞാൻ ചോദിച്ചു ആരെയാ ഉമ്മാ കാണേണ്ടത്. അപ്പോൾ പറയുവാ... എനിക്ക് എ.ഇ.യെ കാണണമെന്ന്. എനിക്ക് പഴയ അമ്മൂമ്മയെ ഓർമ്മ വന്നു. ചിരിയോടെ ഇങ്ങോട്ടു പോരു എ.ഇ. ഞാനാണ് എന്നുപറയുമ്പോൾ ഉമ്മായുടെ മുഖത്ത് ചിരിയോടൊപ്പം ഒരു വൈക്ലബ്യവും... ഞാൻ ചോദിച്ചു കാണാൻ ഒരു ലുക്ക് ഇല്ലല്ലേ..? ഉമ്മായ്ക്ക് ആകെ ഒരു വിഷമം. അത് മോനെ ഞാൻ കരുതിയത്... എന്നൊക്കെ പറഞ്ഞ് പൊട്ടിച്ചിരിച്ചുകൊണ്ടു എന്നെ ചുറ്റിപ്പിടിച്ചു. ഫയൽ എടുത്ത് നോക്കിയപ്പോൾ പുതിയ ഇലക്ട്രിക് കണക്ഷനുവേണ്ടി

സി.ഡി. അടക്കുവാൻ വന്നതാണ്. കാര്യങ്ങൾ നടത്തിക്കൊടുത്ത്, ഇനി ഇതിനായി ഇങ്ങോട്ടുവരണ്ട, പോസ്റ്റിട്ട് ലൈനൊക്കെ വലിച്ചു കണക്ഷൻ തന്നുകൊള്ളാം എന്നുപറഞ്ഞ് യാത്രയാക്കിയപ്പോൾ, ഉമ്മ എന്റെ കൈപിടിച്ച്, നിസ്കരിക്കുമ്പോൾ മോനുവേണ്ടി പ്രത്യേകം പ്രാർത്ഥിയ്ക്കും കേട്ടോ... സന്തോഷം തോന്നി.

ഒന്നുരണ്ടുമാസങ്ങൾക്ക് ശേഷം ഓഫീസിൽ ഓണാഘോഷം നടക്കുന്നു. ഞാൻ സെറ്റുമുണ്ടും നേര്യതുമൊക്കെ ഉടുത്ത് മലയാളിമങ്കയായി നിൽക്കുമ്പോൾ നമ്മുടെ ഉമ്മാ ഓടിവന്നു കെട്ടിപിടിച്ചിട്ട് ഇപ്പോൾ ഒരു ലുക്ക് ഒക്കെയുണ്ട് കേട്ടോ മോനെ... എന്നൊരു ഡയലോഗ്! എല്ലാവരും പൊട്ടിച്ചിരിച്ചു. ഉമ്മാ കറന്റ് ചാർജ് അടക്കാൻ വന്നതാണ്... സന്തോഷത്തോടെ ഉമ്മാ പറഞ്ഞു ഞാൻ മോന് വേണ്ടി പ്രാർത്ഥിക്കാറുണ്ട് കേട്ടോ... സത്യം പറഞ്ഞാൽ കഷ്ടപാടുനിറഞ്ഞ ഡിസ്ട്രിബ്യൂഷൻ ജോലിക്കിടയിൽ ചെറിയ കാര്യത്തിന് പോലും പലരുംവിളിച്ച് ദേഷ്യപ്പെടുമ്പോൾ വേദനയും മടുപ്പും തോന്നാറുണ്ടെങ്കിലും ഇതുപോലെ ചിലരുടെ പ്രാർത്ഥനകളാണ് നമുക്ക് മുന്നോട്ടുപോകുവാൻ ധൈര്യവും ശുഭാപ്തിവിശ്വാസവും തരുന്നത്.

വാലടിയിലെ നാട്ടുകാരും ഞാനും

2001ൽ ആദ്യമായി കെ.എസ്.ഇ.ബി.യിൽ ജോയിൻ ചെയ്തു. കിടങ്ങറ സെക്ഷനിൽ വാലടി സബ് എഞ്ചിനീയർ ഓഫിസിൽ ആണ് പോസ്റ്റിങ്ങ്. ആദ്യ ദിവസം കെ.എസ്.ഇ.ബി.യുടെ ബോട്ടിൽ എ.ഇ. വാലടി ഓഫീസിൽ കൊണ്ടുപോയി എല്ലാവരെയും പരിചയപ്പെടുത്തിതന്നു. നീലകണ്ഠപിള്ള എന്ന ലൈൻമാനും രാമചന്ദ്രൻ പിള്ള എന്ന വർക്കറും വള്ളംമാൻ എന്ന താത്കാലിക തസ്തികയിലേ രണ്ടുജോലിക്കാരും. പിന്നെ കിളി എന്ന ഓമനപ്പേരിൽ അറിയപ്പെടുന്ന ഒരു സിൽബന്ധിയും.

തനി നാട്ടിൻപുറം. ഓഫീസിന്റെ പരിധി വളരെ കൂടുതലുണ്ട്. റ്റി. എ. പോയിന്റിൽ കൂടുതൽ ദൂരം പല സ്ഥലത്തേയ്ക്കുമുണ്ട്. എങ്കിലും കൺസ്യൂമേഴ്സ് കുറവാണ്.

ഞാനും പിള്ളച്ചേട്ടനും മറ്റുള്ളവരും കൂടിയാണ് എല്ലായിടത്തേയ്ക്കും പോകുന്നത്. ചെറിയ ജോലികളാണെങ്കിൽകൂടി ഞാൻ അവരുടെ കൂടെപോകും. ജോലികളെല്ലാം പരിചയപ്പെടാൻ അത് ഉപകാരപ്പെട്ടു. 8 - 12 കി.മീ. വരെ നടക്കാറുണ്ട്. വേറെ മാർഗ്ഗമൊന്നുമില്ല. റോഡുകൾ അന്ന് കുറവാണ്. മിക്കവാറും ഏതെങ്കിലും പാടശേഖരത്തിന്റെ ബണ്ടിൽ ഇരുന്നു ചോറ് ഉണ്ണും. അങ്ങനെ നടന്നതുകൊണ്ടു നാട്ടുകാരുമായി നല്ല ബന്ധം സൃഷ്ടിക്കാനായി. ഓരോ വീടും അറിയാം.

പോസ്റ്റുകളും ട്രാൻസ്ഫോർമർ സ്ട്രക്ചറുകളും തടി കൊണ്ടുള്ളതും വളരെയേറെ മോശമായ അവസ്ഥയിൽ ഉള്ളതുമാണെന്ന് മനസിലായി. തുടക്കക്കാരിയായ എന്നെ അന്നത്തെ മുതിർന്ന സബ് എഞ്ചിനീയറായ ശ്രീ ആന്റണി സർ നന്നായി സഹായിച്ചു. അങ്ങനെ ജോലി തുടങ്ങി. അസിസ്റ്റന്റ് എക്സിക്യൂട്ടീവ് എഞ്ചിനീയർ ശ്രീ. എം. ജി. രാധാകൃഷ്ണൻ സർ നല്ല പ്രോത്സാഹനം തന്നു. നാട്ടുകാർ എല്ലാ ജോലികൾക്കും കൂടെക്കൂടി സഹായിച്ചു. പുഞ്ച സെക്ഷൻ ആയതിനാൽ നാട്ടുകാരും കെ.എസ്.ഇ.ബി.കാരുമായി നല്ല ബന്ധം ഉണ്ടാവും. കൃഷിക്ക് സമയത്തിന് സപ്ലൈ കിട്ടുക

എന്നത് വളരെ പ്രധാന്യമുള്ളതാണ്. ആദ്യകാലങ്ങളിൽ കറന്റ് ഉപയോഗിക്കാതെ ഡീസൽ എൻജിൻ ഉപയോഗിച്ചാണ് വെള്ളം വറ്റിച്ചിരുന്നത്. പിന്നീട് കെ.എസ്.ഇ.ബി. കൃഷിക്കാർക്ക് മോട്ടോർ വാടകക്ക് കൊടുത്താണ് ഇതിലേക്ക് ആകർഷിച്ചിരുന്നതെന്നു അന്നത്തെ എക്സിക്യൂട്ടീവ് എഞ്ചിനീയർ ആയിരുന്ന ശ്രീ റ്റി.എം. ഗോപി സർ ഒരിക്കൽ എന്നോട് പറഞ്ഞുതന്നിരുന്നു.

അങ്ങനെ ട്രാൻസ്ഫോർമർ സ്റ്റേഷൻ പുതുക്കിപണിയുമ്പോൾ ബുഷിൽ നിന്നും ഫ്യൂസിലേക്ക് ഉള്ള ഡ്രോപ്പ് ഇറക്കുന്നതിന് കോപ്പർ കമ്പികൊണ്ട് ഐ ഉണ്ടാക്കാനും മറ്റും അടുത്തുള്ള ആലയിലെ ആൾ വന്നിരുന്നു സഹായിക്കും. പണിക്കാർക്ക് ഭക്ഷണവും വെള്ളവും ഒക്കെ കൊടുക്കുന്നവരുണ്ട്. ആകെക്കൂടി ട്രാൻസ്ഫോർമർ പൊക്കിയെടുത്ത് വയ്ക്കാനുള്ള ആൾക്കാരുണ്ടാവും. അങ്ങനെയൊരു ദിവസം പണികഴിഞ്ഞു പോയതിന്റെ പിറ്റേന്ന് ഞാൻ ഓഫീസിലെത്തുമ്പോൾ മുറ്റത്തും വരാന്തയിലുമായി അടുത്തുള്ള പുരുഷൻ ചേട്ടൻ, നാരായണൻ ചേട്ടൻ, ബേബിച്ചൻ എന്നിവരുപ്പെടെ നാലഞ്ചുപേരിരിക്കുന്നു. മരിച്ചവീട്ടിലിരിക്കുന്നപോലെ.. കാര്യം ചോദിച്ചപ്പോൾ നമ്മൾ ഇന്നലെ പണിതുവച്ച ട്രാൻസ്ഫോർമർ കത്തിപ്പോയി. രാത്രിയിലെ ഇടിമിന്നലിൽ കത്തിയതാണ്... എനിക്ക് "നമ്മൾ " എന്ന പ്രയോഗം ഇഷ്ടപ്പെട്ടു. നമുക്ക് നോക്കാം എന്നുപറഞ്ഞു ഒരു ജാഥയായി അങ്ങോട്ടുപോയി. ട്രാൻസ്ഫോർമർ പുതുക്കി പണിതിരുന്നതിനാലും ലൈറ്റിനിങ് അറസ്റ്റർ മുതലായവ ഫിറ്റ് ചെയ്തിരുന്നതിനാലും എനിക്ക് ശുഭപ്രതീക്ഷയുണ്ടായിരുന്നു. ആദ്യ നോട്ടത്തിൽ തന്നെ ആർക്കിങ് ഹോൺ വഴി ബുഷിൽ കൂടി സർജ് കറന്റ് കടന്നുപോയ പാടുകണ്ടു. കത്തിപ്പോയ മൂന്ന് ഡി.ഒ. ഫ്യൂസുകളും കെട്ടി ടെസ്റ്റ് ചാർജ് ചെയ്തപ്പോൾ ഒരു കുഴപ്പവുമില്ല. നമ്മൾ നന്നായി പണിതു വച്ചതുകൊണ്ടാണ് പോകാതിരുന്നത് എന്നുപറഞ്ഞു പിരിഞ്ഞു.

കുറച്ചു ദിവസങ്ങൾക്കുശേഷം ഈ പുരുഷൻചേട്ടൻ ഒരുദിവസം രാവിലെതന്നെ ഓഫിസിൽ എത്തി. അദ്ദേഹത്തിന് കള്ളു ചെത്താണ് ജോലി. ഒരപേക്ഷാഫോമും കൈയിൽ പിടിച്ചാണ് വന്നിരിക്കുന്നത്. ആൾ ഒരു ചെറിയ പാടത്തിന്റെ പമ്പിങ്ങ് കോൺട്രാക്ട് ഏറ്റെടുത്തു. ഈ വക പരിപാടികളുമായി യാതൊരുവിധ മുൻപരിചയവുമില്ല. ആരൊക്കെയോ ചേർന്ന് അദ്ദേഹത്തിന്റെ തലയിൽ കെട്ടിവച്ചതാണ്. അതാണ് അപേക്ഷയുമായി എത്തിയിരിക്കുന്നത്.

അപേക്ഷാഫോം ഇന്നത്തെപ്പോലെ രണ്ടുഷീറ്റല്ല. ഒരു ബുക്ക് ആയിട്ടാണ് പത്തിരുപതു സ്ഥലങ്ങളിൽ ഒപ്പുവക്കേണ്ടതായുണ്ട്. ഞാൻ അപേക്ഷ വാങ്ങി പരിശോധിച്ച് ഓരോ പേജിലും ഒപ്പിടേണ്ട സ്ഥലം മാർക്ക് ചെയ്തു. എന്നിട്ട്, പുരുഷൻചേട്ടാ ഈ അടയാളപ്പെടുത്തിയ സ്ഥലത്തൊക്കെ ഒപ്പിടണം എന്നുപറഞ്ഞു. പുള്ളിക്കാരൻ എന്റെ കൈയിൽ നിന്ന് പേന വാങ്ങി ഒപ്പിടാൻ ശ്രമിച്ചു. ഒരുവിധത്തിലും ഒപ്പിടാൻ പറ്റുന്നില്ല. കുറച്ചുനേരം ഞാൻ ഇത് ശ്രദ്ധിച്ചിരുന്നു. അതുകഴിഞ്ഞു പറഞ്ഞു പുരുഷൻ ചേട്ടൻ ഒരു കാര്യം ചെയ്യൂ, പോയി രണ്ടെണ്ണം അടിച്ചിട്ട് വാ... എന്നാലേ ഒപ്പിടാൻ പറ്റൂ. ഓഫീസിൽ എല്ലാവരും കൂട്ടച്ചിരി നടത്തി. പുള്ളിക്കാരൻ തലചൊറിഞ്ഞുകൊണ്ട്, സാറിന്റെ മുന്നിൽ എങ്ങനെയാ അങ്ങനെ വരുന്നതെന്നോർത്തിട്ടാ..

ഒരു പതിനൊന്നുമണിയായപ്പോൾ പുരുഷൻ ചേട്ടൻ നല്ല കുട്ടപ്പനായി വന്നു പറഞ്ഞ സ്ഥലങ്ങളിലെല്ലാം നിമിഷനേരം കൊണ്ട് ഒപ്പിട്ടിട്ടു ചിരിയോടെ മടങ്ങിപോയി.

സത്യം പറഞ്ഞാൽ നമ്മുടെ എല്ലാകാര്യങ്ങളും ആപേക്ഷികമാണല്ലേ..! രാവിലെ സൺ റൈസ് മീറ്റിംഗിൽ സ്റ്റാഫിനോട് മദ്യപാനത്തിന്റെ ദോഷങ്ങളെയും അത് ജോലിയെ ബാധിക്കുന്നതും സമൂഹത്തിന്റെ മുന്നിൽ ഉണ്ടാക്കാവുന്ന മോശം ഇമേജിനെപ്പറ്റിയുമൊക്കെ വാചാലമാവും. മദ്യപിക്കരുതെന്നു ഉപേദേശിക്കും.. പക്ഷെ ഇതുപോലെയുള്ള സാഹചര്യങ്ങളിൽ നേരെ മലക്കം മറിയും... ഓരോന്നിനും ഓരോ ഇമ്പാക്റ്റാണ് മനസ്സിൽ. സ്കൂളിലെ ബെല്ലിന്റെ ശബ്ദം രാവിലെ കേൾക്കുന്നതും വൈകിട്ട് കേൾക്കുന്നതും രണ്ടുതരത്തിലാണ് മനസ്സിനെ ബാധിക്കുന്നത് എന്ന് പറയുമ്പോലെ... !

പേര് കൊണ്ടുവരുന്ന പൊല്ലാപ്പുകൾ

കെ.എസ്.ഇ.ബി. യിൽ ചേർന്നിട്ട് അധികനാളായിട്ടില്ല. ഒരുദിവസം അത്യാവശ്യമായി എൽ.എ., ഡി.ഒ. ഫ്യൂസ് തുടങ്ങി ചില ചില്ലറ സാമഗ്രികൾ എടുക്കാൻ സ്റ്റോറിൽ പോകേണ്ടിവന്നു. അന്നത്തെ അസിസ്റ്റന്റ് എക്സിക്യൂട്ടീവ് എഞ്ചിനീയർ ശ്രീ. എം.ജി.രാധാകൃഷ്ണ ൻ സാറിനോട് ജീപ്പ് ഒന്നു കിട്ടുമോ എന്നു വിളിച്ചു ചോദിച്ചു. കാര്യം പറഞ്ഞപ്പോൾ അതിനെന്താ എന്നെ കോടതിയിൽ വിട്ടിട്ട് ലേഖ ജീപ്പ് എടുത്തോളൂ എന്നു പറഞ്ഞു. അന്നൊക്കെ പുഞ്ച സെക്ഷൻ ഓഫീസിൽ ജീപ്പിന് പകരം ബോട്ട് ആയിരുന്നു ഔദ്യോഗിക വാഹനം എ.ഇ.ഇ.മാർക്ക് ജീപ്പും. ശ്രീ. രാധാകൃഷ്ണൻ സാറിനെ കുറിച്ചു പറയാതെ പോകുന്നത് ശരിയല്ല. അന്ന് 2001 കാലഘട്ടത്തിൽ പോലും ഓരോ സെക്ഷനിലെയും ഡെയ്ലി ഡിമാൻഡ്, കളക്ഷൻ, ബാലൻസ് ഒക്കെ മോണിറ്റർ ചെയ്യും. കുടിശ്ശികക്കാർക്ക് ഡിസ്കണക്ഷൻ, ഡിസ്മാന്റിലിങ് എന്നിവക്കുള്ള നോട്ടീസുകൾ കൊടുക്കുക, മീറ്റർ സീലിംഗ് സർട്ടിഫിക്കറ്റുകൾ വാങ്ങി സൂക്ഷിക്കുക തുടങ്ങി എല്ലാവിധ കാര്യങ്ങൾക്കും ഒരു അടുക്കും ചിട്ടയും കൊണ്ടുവന്ന ആളാണ്. കെ.എസ്.ഇ.ബി. ഇതിനെപ്പറ്റി അന്ന് ചിന്തിച്ചുതുടങ്ങിയിട്ടുണ്ടോ എന്നു സംശയമുണ്ട്. സാറിന്റെ കാലത്താണ് ആലപ്പുഴയിലെ പുഞ്ച സെക്ഷനുകൾക്ക് ഒരു ഉണർവ്വ് ഉണ്ടായത് എന്നു പറയാതിരിക്കാൻ പറ്റില്ല. യാതൊരുവിധ കറപ്ഷനും ഇല്ലാത്ത വളരെ കർക്കശക്കാരനായ ഉദ്യോഗസ്ഥൻ. അതുകൊണ്ടുതന്നെ ചിലതല്പരകക്ഷികൾക്ക് അദ്ദേഹത്തിനോട് കടുത്ത എതിർപ്പും ഉണ്ടായിരുന്നു. അദ്ദേഹത്തിനു കീഴിൽ ഔദ്യോഗിക ജീവിതം തുടങ്ങുവാൻ കഴിഞ്ഞത്, അദ്ദേഹത്തിന്റെ ശിക്ഷണത്തിൽ പ്രവർത്തിക്കാൻ കഴിഞ്ഞത്, ഞങ്ങൾക്ക് പ്രത്യേകിച്ചും എനിക്കും എന്റെ കൂടെ ജോയിൻ ചെയ്ത ശ്രീ. സന്തോഷ് സുകുമാരനും ഒരുപാട് ആത്മവിശ്വാസം നൽകി. എ.ഇ.ഇ. എന്ന പദവിയിൽ എത്രമാത്രം നന്നായി പ്രവർത്തിക്കാൻ കഴിയും എന്നു ശരിക്ക് കാണിച്ചു തന്ന വ്യക്തിയാണ് അദ്ദേഹം.

അന്ന് സർ കോടതിയിൽ ഇറങ്ങിക്കഴിഞ്ഞപ്പോൾ "ഈ ലോഗ് ബുക്ക് ഒന്നു ഡിവിഷനിലെ കുറുപ്പിനെ ഏൽപ്പിച്ചേക്കൂ." എന്നു പറഞ്ഞു എനിക്കു നേരെ നീട്ടി. ശരി സർ എന്നു പറഞ്ഞു ലോഗ് ബുക്ക് വാങ്ങി. നേരെ സ്റ്റോറിലെത്തി സാധന സാമഗ്രികളൊക്കെ എടുത്തു. പോരാൻ നേരം ഡിവിഷനിൽ ചെന്നു. ഡിവിഷനിൽ ഒന്നോ രണ്ടോ തവണയേ പോയിട്ടുള്ളൂ. മുകൾനിലയിലെ ഹാളിൽ ഇരുവശവുമായി കുറെപ്പേർഇരിക്കുന്നു. ആരെയും പരിചയമില്ല. ആദ്യം കണ്ടയാളിനോട് "സർ ഈ കുറുപ്പ് സാർ ആരാണ്" എന്നു ചോദിച്ചു. അദ്ദേഹം എന്നെ നോക്കി ഒന്നുചിരിച്ചു. എന്നിട്ട് കുട്ടിക്ക് ഏതു കുറുപ്പിനെയാ കാണേണ്ടത്? എന്നൊരു ചോദ്യം. ഇവിടെ മൂന്നു നാലു കുറുപ്പന്മാരുണ്ട് മാസാ കുറുപ്പ്, താടിക്കുറുപ്പ്, വണ്ടിക്കുറുപ്പ്, തെണ്ടിക്കുറുപ്പ്.. ഇതിൽ ഏതാണ് വേണ്ടത് എന്നു ഒറ്റശ്വാസത്തിൽ ചോദിച്ചു. അദ്ദേഹം വളരെ സരസമായി പറഞ്ഞതുകേട്ടു ഞാൻ അന്തംവിട്ടു നിന്നു. എന്റെ നില്പുകണ്ടു ചിരിച്ചുകൊണ്ട് അദ്ദേഹം ചോദിച്ചു കുട്ടിക്ക് എന്താ ആവശ്യം? അതു ലോഗ് ബുക്ക് ഏല്പിക്കാനാണ്... ഓ... അപ്പോൾ വണ്ടിക്കുറുപ്പിനെ കാണാനാണ്... ഇങ്ങോട്ടു തന്നേക്കൂ... ആ വണ്ടിക്കുറുപ്പെന്ന തെണ്ടിക്കുറുപ്പ് ഞാൻ തന്നെയാണ് എന്നുപറഞ്ഞു ചിരിച്ചുകൊണ്ട് ലോഗ് ബുക്ക് വാങ്ങി. ഞാനും ചിരിച്ചുപോയി. നമ്മൾ ഒരേ പേരിൽ ഉള്ളവരെ തിരിച്ചറിയാൻ ഇതുപോലെ ഓരോ ചെല്ലപ്പേര് ചേർക്കാറുണ്ടല്ലേ... ചിലപ്പോൾ അങ്ങനെയല്ലാതെയും ചില പേരുകൾ വീഴാറുണ്ട്.

ഒരിക്കൽ, ലൈൻമാനായിരുന്ന ശ്രീ വിനയചന്ദ്രൻ ആണെന്നാണോർമ്മ. അന്നു സെന്റർ സിസ്റ്റം ആണ്. ലൈൻമാന്മാർ അവരവരുടെ സെന്ററുകളിലെ രാജാവായി വാഴും കാലം. രാധാകൃഷ്ണൻ സർ കർക്കശക്കാരൻ ആയതിനാൽ ഡി.സി. നോട്ടീസ്, ഡി.എം. നോട്ടീസ് മുതലായവ ഏതെങ്കിലും സെന്റർ ലൈൻമാൻ ലീവാണെങ്കിൽ പോലും ആ ലൈൻമാൻ സഹപ്രവർത്തകരായ മറ്റ് ലൈൻമാന്മാരെ ഏല്പിച്ചു ജോലി കൃത്യമായി നിർവഹിച്ചിരിക്കും. പരസ്പരം സഹകരിച്ചു ജോലിചെയ്യാറുമുണ്ടായിരുന്നു അവർ. അന്ന് പതിവുപോലെ ഏതോ ലൈൻമാൻ ലീവെടുത്തപ്പോൾ ഇപ്പറഞ്ഞ നോട്ടീസുകൾ വിനയനെ ഏല്പിച്ചു. ഇങ്ങനെ വേറെ ആളെ ഏല്പിക്കുമ്പോൾ എളുപ്പത്തിൽ വീട് കണ്ടുപിടിക്കാനായി ഒപ്പിട്ടു തിരികെ വാങ്ങുന്ന കോപ്പിയുടെ മറുവശത്ത് ആളിന്റെ വിശദ വിവരങ്ങൾ എഴുതി വച്ചിട്ടുണ്ടാവും. അതായത് വീടിന്റെ ലൊക്കേഷൻ, ഐഡന്റിഫിക്കേഷൻ പോയിന്റുകൾ തുടങ്ങി ചില സൂചനകൾ എഴുതി

വയ്ക്കാറുണ്ട്. കൂട്ടത്തിൽ ഒരാളുടെ ലൊക്കേഷന്റെ കൂടെ "തീപ്പാതിയുടെ വീട്" എന്ന് എഴുതിയിരുന്നു. വിനയൻ കൃത്യമായി ആ സ്ഥലത്തു ചെന്നു ആദ്യം കണ്ടയാളോട് തീപ്പാതിയുടെ വീട് ചോദിച്ചു. വളരെ നിഷ്ക്കളങ്കമായി ചോദിച്ചതാണെങ്കിലും ആൾ കേട്ടപാടെ തെറികൊണ്ടഭിഷേകം നടത്തി. ഈ കണ്സ്യൂമർക്ക് ഒരിക്കൽ തീപ്പൊള്ളലേറ്റിട്ടുണ്ട്. നാട്ടിൻപുറത്തുകാർ അതിനു ശേഷം അദ്ദേഹത്തെ കളിയാക്കി വിളിക്കുന്ന പേരാണ് തീപ്പാതി എന്ന്. നേരെ മുഖത്തു നോക്കി ഇരട്ടപ്പേര് വിളിച്ചാൽ ആരായാലും തെറി വിളിച്ചില്ലെങ്കിലല്ലേ അതിശയം വേണ്ടത്. ആകെക്കൂടി ഹിറ്റ്ലർ സിനിമയിലെ അടൂർ ഭവാനിയുടെ എൻട്രി പോലെയായി എന്നു പറഞ്ഞാൽ മതിയല്ലോ..!

ഒരു ദിവസം കാഞ്ഞിരപ്പള്ളി ഓഫീസിൽ വച്ച് സഹപ്രവർത്തകരോട് ഇക്കാര്യം പങ്കുവച്ചപ്പോൾ ഓവർസീയർ ശ്രീ. മധുസൂദനൻ പിള്ള ചിരിച്ചുകൊണ്ട് പറഞ്ഞു മാഡം ഇതിലും പുകിലുപിടിച്ചത് പണ്ടിവിടെ ഉണ്ടായിട്ടുണ്ട്. ഒരിക്കൽ അഡിഷണൽ ബില്ല് കൊടുക്കാൻ ഇതുപോലെ സെന്റർ മാറി ചെന്ന ലൈൻമാൻ ഒരാളോട് "കോഴി ജോസഫിന്റെ" വീട് എവിടെയാ എന്നു ചോദിച്ചു. ആകെ പ്രശ്നമായി വഴക്കായി... വീട്ടുകാരെല്ലാവരും കൂടി പരാതിയുമായി അസിസ്റ്റന്റ് എന്ജിനീയറിന്റെ അടുക്കൽ എത്തി. പിന്നെ ഒരുവിധം പറഞ്ഞു സമാധാനപ്പെടുത്തി വിട്ടു. കാര്യം ആൾ കോഴിക്കച്ചവടക്കാരനാണെന്നു കരുതിയാണ് നമ്മുടെ ലൈൻമാൻ ചോദിച്ചത് പക്ഷെ അദ്ദേഹത്തിന്റെ സ്വഭാവം വച്ചു നാട്ടുകാർ കളിയാക്കി വിളിക്കുന്ന പേരായിരുന്നു അത്. അവർ തല്ലിയില്ലെങ്കിൽ മാത്രേ അത്ഭുതപ്പെടാനുള്ളു... അല്ലേ..!

വിജിലൻസ് & APTS ചെയ്തു തന്ന ഉപകാരം

കാഞ്ഞിരപ്പള്ളി ഓഫീസിൽ ജോലി ചെയ്തിരുന്ന സമയം, ഒരു ദിവസം ഞാൻ ക്യാബിനിൽ ഇരിക്കുമ്പോൾ മാന്യമായി വേഷം ധരിച്ച ഒരാൾ (ഒരു ഉദ്യോഗസ്ഥൻ ആണെന്ന് ഒറ്റ നോട്ടത്തിൽ തിരിച്ചറിയാം) കടന്നുവരുന്നത് കണ്ടു. ഒരുനിമിഷം എന്നെ കാണാനായിരിക്കുമെന്നു കരുതി ശ്രദ്ധിച്ചു. അദ്ദേഹം നേരെ എന്റെ ക്യാബിന്റെ തൊട്ടടുത്തുള്ള എ.ഇ.ഇ. യുടെ ക്യാബിനിലേക്ക് ആണ് പോയത്. കാഞ്ഞിരപ്പള്ളി സെക്ഷൻ കൂടാതെ മറ്റു നാലു സെക്ഷനുകളുടെ ചുമതല കൂടിയുണ്ട് അദ്ദേഹത്തിന്. അതുകൊണ്ടുതന്നെ വേറെ ഏതെങ്കിലും സെക്ഷനിലെ ഉപഭോക്താവ് ആയിരിക്കുമെന്ന് കരുതി ഞാൻ എന്റെ ജോലിയിലേക്ക് തിരിഞ്ഞു. കുറച്ചു സമയം കഴിഞ്ഞപ്പോൾ ഉറക്കെയുള്ള ആക്രോശവും ബഹളവും കേൾക്കാം. സാർ, ലേഖേ ഒന്നിങ്ങോട്ടു വരാമോ എന്നു വിളിച്ചു ചോദിച്ചു. ഞാൻ ചെല്ലുമ്പോൾ ഇദ്ദേഹം ആകെ വയലന്റ് ആയി നിൽക്കുന്നു. സാർ പൊതുവെ സൗമ്യനാണ് ഇപ്പോൾ അതിലും സൗമ്യമായി കാര്യങ്ങൾ സംസാരിക്കുന്നു.

കാര്യം ചോദിച്ചപ്പോൾ സാമുവേൽ എന്ന (പേര് തത്കാലം മാറ്റിയിട്ടുണ്ട്) ഇദ്ദേഹത്തിന്റെ വീട്ടിലെ ഇലക്ട്രിക്ക് കണക്ഷൻ നിർമ്മാണ ആവശ്യങ്ങൾക്ക് വേണ്ടി അനധികൃതമായി ഉപയോഗിച്ചത് കണ്ടിട്ട് സബ് എഞ്ചിനീയർ ഇൻസ്പെക്ഷൻ നടത്തി സൈറ്റ് മഹസ്സർ എഴുതിയിരുന്നു. ശേഷം അതനുസരിച്ചു ഓഫീസിൽ നിന്നും പ്രൊവിഷണൽ ബില്ലും കൊടുത്തു എന്ന വിഷയം ആണ്. അദ്ദേഹത്തിന് അതിഷ്ടമായില്ല. സബ് എഞ്ചിനീയർ വിവരം ബോദ്ധ്യപ്പെട്ടപ്പോൾ തന്നെ എന്നെ ഫോണിൽ വിവരം അറിയിക്കുകയും എന്റെ നിർദേശപ്രകാരം സൈറ്റ് മഹസ്സർ എഴുതുകയും ആയിരുന്നു. തുടർന്ന് ഓഫീസിൽ നിന്ന് ഒരു പ്രൊവിഷണൽ ബിൽ കൊടുക്കുകയും ചെയ്തിരുന്നു. ഞാൻ ആ കാര്യങ്ങൾ അദ്ദേഹത്തിനോ

ട് വിശദീകരിച്ചെങ്കിലും കേൾക്കാൻ കൂട്ടാക്കാതെ ഉറക്കെ ബഹളം വയ്ക്കുകയാണ്. ഞാൻ വിവരാവകാശ നിയമപ്രകാരം ചോദിക്കും എത്ര പേർക്ക് ഇങ്ങനെ ബിൽ കൊടുത്തിട്ടുണ്ട്, അതിന്റെ കണക്ക് എനിക്കറിയണം തുടങ്ങി ചുമ്മാ ശബ്ദം ഉണ്ടാക്കിക്കൊണ്ടിരിക്കുന്നു.

സർ അയാളെ സമാധാനപ്പെടുത്താൻ ഓരോന്നു സൗമ്യമായി പറയാൻ ശ്രമിക്കുന്നുണ്ട്. ആളിന് ഒരു കുലുക്കവുമില്ല. പൂർവാധികം അസഹനീയമായി അദ്ദേഹം തുടരുന്നു. എനിക്കാണെങ്കിൽ കുറച്ചു സമയം മാത്രമേ ഗാന്ധിജിയെ പോലെ ക്ഷമയോടെ സംസാരിക്കാൻ പറ്റൂ. ഒരു രക്ഷയുമില്ല എന്ന അവസ്ഥ വരുമ്പോൾ ടെംപർ ലൂസ് ആവും. അതിവിടെയും സംഭവിച്ചു. എന്റെ അസാധാരണമായ ഉറക്കെയുള്ള സംസാരം കേട്ട് അപ്പുറത്തുള്ള മുറിയിൽ നിന്ന് സ്റ്റാഫ് ഒക്കെ ഓടിവന്നു. പ്രൊവിഷണൽ ബില്ലിൽ എന്തെങ്കിലും പരാതിയുണ്ടെങ്കിൽ എഴുതി തന്നാൽ ഹിയറിങ്ങിന് വിളിക്കും അന്ന് തെളിവു സഹിതം ബോദ്ധ്യപ്പെടുത്തിയാൽ മാത്രം ബില്ലിൽ കുറവ് വരുത്തും അല്ലാത്തപക്ഷം ഈ തുക അടക്കേണ്ടി വരും എന്നു പറഞ്ഞു ഞാൻ നിർത്തി. അദ്ദേഹം പരാതി എഴുതി തന്നിട്ട് പോകുകയും ചെയ്തു.

അയാൾ പോയി കുറച്ചു സമയം കഴിഞ്ഞാണ് ഞാൻ ഓർത്തത് ഫോൺ നമ്പർ വാങ്ങാൻ മറന്നു. ഹിയറിങ്ങ് തീയതി അറിയിക്കാൻ അത് ആവശ്യമാണ്. ലെറ്റർ കൊടുക്കുമെങ്കിലും നേരിൽ പറഞ്ഞാൽ "അറിയിപ്പ്" ഉറപ്പാക്കാൻ പറ്റും. ഇക്കാര്യം സ്റ്റാഫിനോട് ചെന്നു ഞാൻ പറഞ്ഞു. അപ്പോൾ മാഡം നമ്പർ ഞങ്ങളുടെ കൈയിൽ ഉണ്ടെന്ന് അവിടെയുള്ള എല്ലാവരും ഒരുമിച്ചു പറയുന്നു. അതിശയത്തിൽ നോക്കിയ എന്നോട് അയാൾ ഒരു ശല്യക്കാരൻ ആയതിനാൽ ആണ് ഞങ്ങൾ സേവ് ചെയ്തു വച്ചിരിക്കുന്നത്. കാണുന്നപോലെ മാന്യൻ അല്ല ആൾ ഒരുതരത്തിലും നമുക്ക് ഇടപെടാൻ പറ്റില്ല. എന്നൊക്കെ വിശദീകരണം നടക്കുന്നു. മാഡം അയാളോട് അങ്ങനെ പറഞ്ഞത് നന്നായി. എ.ഇ.ഇ. ഇത്രയും സൗമ്യമായി പറഞ്ഞിട്ടുപോലും ഒരിക്കൽ അയാൾ മോശമായി സംസാരിച്ചു. അന്ന് സാറും ഒടുവിൽ ചൂടായി സംസാരിച്ചിരുന്നു. അതുകൊണ്ട് അതൊഴിവാക്കാൻ ആയിരിക്കണം ഇത്തവണ സാർ വളരെ ശ്രദ്ധിച്ചു സംസാരിച്ചത് എന്നൊക്കെ അവർ പറയുന്നുണ്ട്. ഞാൻ വന്നിട്ട് അധിക നാൾ ആവാത്തതിനാൽ ഈ വക കാര്യങ്ങൾ ഒന്നും എനിക്ക് അറിവുണ്ടായിരുന്നില്ല.

ഇതിനിടയിൽ സ്റ്റാഫിൽ ഒരാൾ ഇതാ മാഡം ഫോൺ നമ്പർ എന്നുപറഞ്ഞു അയാളുടെ ഫോൺ എടുത്തു എന്റെ നേരെനീട്ടി. ഞാൻ ഫോൺ വാങ്ങി നോക്കുമ്പോൾ കോൺടാക്ട് സേവ് ചെയ്തിരിക്കുന്നത് "പട്ടി സാമുവേൽ" എന്നാണ്. എനിക്ക് അത്ഭുതവും ചിരിയുമെല്ലാം ഒരുമിച്ചുണ്ടായി. അയാളോട് അത്രയ്ക്ക് വെറുപ്പാണ് മാഡം. അതാണ് ഇങ്ങനെ സേവ് ചെയ്തത് എന്നൊക്കെ പറയുന്നുണ്ടായിരുന്നു. ഇങ്ങനെയൊക്കെ ആൾക്കാർ കോൺടാക്ട് സേവ് ചെയ്യുമെന്ന് എനിക്ക് പുതിയൊരു അറിവായിരുന്നു. ആദ്യം പൊട്ടിച്ചിരിച്ചെങ്കിലും പിന്നീട് ഞാൻ അതിനെപ്പറ്റി ശരിക്ക് ചിന്തിച്ചു. നമ്മൾ മറ്റുള്ളവരോട് പെരുമാറുന്നത് പൂർണ്ണമായും നല്ലതാവാൻ പറ്റിയില്ലെങ്കിലും ഒരു പത്തുശതമാനം പേരെങ്കിലും മോശം വിചാരിക്കാതിരുന്നാൽ സമാധാനമുണ്ട്. അയാളുടെ കാര്യത്തിൽ മാത്രമല്ല നമ്മളുടെ ആരുടെ കാര്യത്തിലും ഇതുതന്നെയാണ്.

നാട്ടുകാരുൾപ്പെടെ 100 ശതമാനം പേരും അദ്ദേഹത്തെപ്പറ്റി മോശം തന്നെയാണ് പറഞ്ഞത്. പിന്നീട് പല ആവശ്യങ്ങൾക്കായി അദ്ദേഹത്തിന്റെ വീടിനു പരിസരത്തു ചെന്നപ്പോൾ ആണ് എനിക്ക് അത് മനസ്സിലായത്. അങ്ങനെയൊരു അവസ്ഥ ഉണ്ടാവാതെ ഇരിക്കട്ടെ, അഥവാ ഉണ്ടായാൽ നമ്മൾ ഒന്ന് നമ്മളെത്തന്നെ തിരുത്തി ചിന്തിച്ചാൽ നന്നായിരിക്കും അല്ലേ... !

ഇങ്ങനെയായാലും അദ്ദേഹം പിന്നീട് നല്ല സൗമ്യനായി കേട്ടോ.. എങ്ങനെയെന്നാവും...

അന്നത്തെതിനു ശേഷം ഹിയറിങ്ങ് നടത്തി വലിയ വ്യത്യാസമൊന്നുമില്ലാതെ ബിൽ ക്ലിയർ ചെയ്തു പോയി. അത്ര വലിയ ബഹളങ്ങൾ ഒന്നും തന്നെ അന്ന് ഉണ്ടാക്കിയില്ല. എങ്കിലും കുറെ വകുപ്പും ചട്ടങ്ങളും ഒക്കെ പറഞ്ഞു. ആൾ കേന്ദ്ര ഗവണ്മെന്റ് ഉദ്യോഗസ്ഥൻ ആണ്. ഓഫീസർ കാറ്റഗറി... വിവരാവകാശം.. തുടങ്ങി ഏതാണ്ട് എന്നെ ഭീഷണിപ്പെടുത്തുന്ന രീതിയിൽ മുന വച്ചൊക്കെ പറയുകയും ചെയ്തു. അയാൾ പോയി... ഞാനും ആ കേസ് വിട്ടു.

രണ്ട് ദിവസം കഴിഞ്ഞപ്പോൾ എന്റെ ഓഫീസ് പരിധിയിലെ ഉപഭോക്താക്കളുടെ ഇലക്ട്രിക്ക് കണക്ഷൻ സംബന്ധമായ പരിശോധനയ്ക്കായി എ.പി.ടി.എസ്. ഉദ്യോഗസ്ഥർ എത്തി. കെ.എസ്.ഇ.ബി. യുടെ തന്നെ വിജിലൻസ് ആൻഡ് ആന്റി പവർ തെഫ്റ്റ് സ്ക്വാഡ് ആണ്. ഇടക്കിടയ്ക്ക് അവർ വരാറുണ്ട്. സുഹൃത്തായ

എ.ഇ.ഇ. ശ്രീ. രാജേഷ് പിള്ള സാറിന്റെ നേതൃത്വത്തിലാണ് ഈ പരിശോധന. വളരെ ആത്മാർത്ഥമായി ജോലി ചെയ്യുന്ന ഒരു ടീം ആണ് അവരുടേത്. ആയതിനാൽ നമുക്ക് ഒരു ബഹുമാനമുണ്ട് അവരോട്. സാധാരണ ഓഫീസിൽ വന്ന് കംപ്യൂട്ടറിലെയും അനോമലി റജിസ്റ്ററിലെയും ഒക്കെ ഡീറ്റൈൽസ് നോക്കിയാണ് ഇൻസ്പെക്ഷൻ റൂട്ട് തീരുമാനിക്കുന്നത്.

ഇത്തവണ പതിവിന് വിരുദ്ധമായി വരുന്ന വഴിതന്നെ ചില ഇൻസ്പെക്ഷൻ നടത്തിയിട്ടാണ് എത്തിയത്. ഇൻസ്പെക്ഷൻ റിപ്പോർട്ട് കൈമാറി കുറച്ചു നേരം സൗഹൃദ സംഭാഷണവും കഴിഞ്ഞു അവർ പിരിഞ്ഞു. ഞാൻ റെഡ് ഷീറ്റ് പരിശോധിച്ചു സീനിയർ സൂപ്രണ്ടിന് ബില്ല് എങ്ങനെ കണക്കാക്കണം എന്നു എഴുതി കൊടുത്തു. പ്രൊവിഷണൽ ബില്ലുമായി സൂപ്രണ്ട് എത്തി. അപ്പോൾ മാത്രമാണ് ഉപഭോക്താവിന്റെ പേര് എന്റെ ശ്രദ്ധയിൽ പെട്ടത് സാമുവേൽ. ഞാൻ സബ് എഞ്ചിനീയറെ വിളിച്ചു. ഇതു നമ്മുടെ ആ സാമുവേൽ തന്നെയാണോ എന്നു ചോദിച്ചു. സെക്ഷൻ ഓഫീസിൽ കൂട്ടച്ചിരി. സംഗതി അതുതന്നെ. ഇയാൾക്ക് ടൗണിനോട് ചേർന്ന് കുറച്ച് കമേർഷ്യൽ ബിൽഡിങ്സ് ഉണ്ട്. അതിലാണ് നമ്മുടെ എ.പി.ടി. എസ്. ടീം പരിശോധന നടത്തിയത്. മൂന്നെണ്ണത്തിൽ അനധികൃത ലോഡ് കണ്ടെത്തിയിരുന്നു. പ്രൊവിഷണൽ ബില്ല് എല്ലാം കൂടി നല്ലൊരു തുക ഉണ്ട്. താരതമ്യേന ചെറിയ ഒരു തുക ആയിരുന്നു വീട്ടിലെ കണക്ഷൻ പരിശോധിച്ചപ്പോൾ കൊടുത്തത്. ഇതിപ്പോൾ വളരെ കൂടുതൽ ആയതിനാൽ ആൾ അടുത്ത വഴക്കുമായി എത്തുമെന്ന് ഞാൻ സ്റ്റാഫിനോടായി പറഞ്ഞു.

പക്ഷെ ബില്ല് കിട്ടികഴിഞ്ഞ് ആൾ ഓഫീസിൽ വന്നത് വളരെ ബഹുമാനത്തോടെയും സൗമ്യതയോടെയും ആയിരുന്നു. ആൾ വരുമ്പോൾ എന്നെ കാണാൻ വേറെ ആരോ ക്യാബിനിൽ ഉണ്ടായിരുന്നു. അയാൾ പോകുന്നവരെ അദ്ദേഹം മാറി നിന്നു. ശേഷം വളരെ ശാന്തമായി ബഹുമാനത്തോടെ, ഒരു കാര്യം ചോദിക്കാനാണ് സമയമുണ്ടാവുമോ കേൾക്കാൻ എന്നൊക്കെ ഭവ്യതയോടെ ചോദിക്കുന്നു. എനിക്ക് സംശയം തോന്നി, ഇയാൾക്ക് വേറെ എന്തോ ഉദ്ദേശമുണ്ടോ എന്ന്. പക്ഷെ ഒന്നും ഉണ്ടായില്ല. ബില്ലിലെ തുക സംബന്ധിച്ചു വിശദമായി ചോദിച്ചു. ഇനി എന്താണ് പിഴ ഒഴിവാക്കാൻ ചെയ്യേണ്ടത് എന്നൊക്കെ ചോദിച്ചു. കൊടുത്ത ബില്ല് ഒക്കെ അടച്ചു. എന്റെ നിർദേശ പ്രകാരം വീണ്ടും ഉണ്ടായേക്കാവുന്ന പിഴ ഒഴിവാക്കാൻ ലോഡ് റെഗുലറൈസ് ചെയ്തു. അതി

നു വേണ്ട സഹായത്തിനായി ഇടക്കിടെ ഓഫീസിൽ വന്നു. സംശയം തീർത്തു എല്ലാം ക്ലിയർ ആക്കി. സ്റ്റാഫിന് സംശയം, ഇയാൾക്കിതെന്താ പറ്റിയത് എന്നു. പിന്നീട് ആണ് അതിനു പിന്നിലെ രഹസ്യം എനിക്ക് സംശയം തോന്നിയത് എ.പി.ടി.എസ്. കാർ ഇൻസ്പെക്ഷന് ചെന്നത് ഞാൻ പറഞ്ഞിട്ടാണ് എന്നായിരിക്കും അദ്ദേഹം ധരിച്ചു വച്ചിരിക്കുന്നത്. ഏതായാലും രാജേഷ് സാറിന് നന്ദി..!

ഇനി ശരിക്കും അദ്ദേഹം മാറിയിട്ടുണ്ടാവുമോ ആവോ?

ഒരുദിവസമെങ്കിലും ഇരുട്ടത്ത് കിടത്താൻ വേണ്ടിയുള്ള അപേക്ഷ

കിടങ്ങറ സെക്ഷനിൽ ജോലി ചെയ്യുന്ന കാലം. ഉച്ചയോടടുത്ത സമയം എഴുപത്തഞ്ചു വയസ്സിനു മുകളിൽ പ്രായമുള്ള ഒരാൾ എന്റെ മുറിയിലേക്ക് ഒരു അപേക്ഷയുമായി കടന്നുവന്നു. ഇരിക്കാൻ പറഞ്ഞുകൊണ്ട് അപേക്ഷ വാങ്ങി നോക്കി. വീട്ടിലേക്കുള്ള കറണ്ട് താത്കാലികമായി വിച്ഛേദിച്ചു തരണം എന്നാണ് ശ്രീ ദിവാകരൻ എന്ന മേൽപടി ആളിന്റെ ആവശ്യം. ഓഫീസിൽ നിന്ന് അധികം അകലെയല്ലാതെയാണ് ഇദ്ദേഹം താമസിക്കുന്നത്. ഞാൻ ചോദിച്ചു എന്താ ഇപ്പോൾ കറണ്ട് വേണ്ടാത്തത്. വീട് പൊളിച്ചുപുതുക്കി പണിയാനാണോ? അദ്ദേഹം കസേരയിൽ ഒന്നു കൂടി നേരെയിരുന്നു കൊണ്ടു പറഞ്ഞു അല്ല മാഡം ഞങ്ങൾ കുറച്ചു നാൾ പന്തളത്തുള്ള പെങ്ങളുടെ വീട്ടിലേക്ക് പോകുവാ.. ഒരു ചികിത്സയ്ക്ക് വേണ്ടിയാ. കുറച്ചു നാൾ കഴിഞ്ഞേ വരൂ... വെറുതെ കറണ്ട് ചാർജ്ജ് അടക്കേണ്ടല്ലോ അപകടവും പേടിക്കണ്ടല്ലോ അതാണ് കട്ട് ചെയ്തിട്ടേക്കാമെന്നു കരുതിയത്. ഫീസ് എത്രയാണെന്ന് വച്ചാൽ ഞാൻ അടച്ചേക്കാം. ശരി നോക്കട്ടെ എന്നുപറഞ്ഞു ഞാൻ കൺസ്യൂമർ നമ്പർ കമ്പ്യൂട്ടറിൽ ടൈപ്പ് ചെയ്തു. കഴിഞ്ഞ ബിൽ അടക്കാനുണ്ടല്ലോ, പിന്നെ കുറച്ചു അഡ്വാൻസ് തുക കൂടി അടക്കണം. കട്ട് ചെയ്തിടുന്നതല്ലേ മിനിമം ചാർജ് എല്ലാ തവണയും വരും അത് മുൻകൂർ ആയി തന്നാലെ പറ്റൂ. ഞാൻ അറിയിച്ചു. അതിനെന്താ എത്രയാണ് എന്നു പറഞ്ഞാൽ മതി ഇപ്പോൾ തന്നെ അടച്ചേക്കാം. ഏതാണ്ട് 1400 രൂപയോളം അടച്ചു രസീതുമായി വന്നു. ഇനി പൊയ്ക്കോളൂ കട്ട് ചെയ്യിപ്പിച്ചോളാം എന്നു പറഞ്ഞു അദ്ദേഹത്തിനെ പറഞ്ഞയച്ചു.

അവിടെ ഉണ്ടായിരുന്ന ലൈൻമാനെ ആ അപേക്ഷയുടെ വിവരം കാണിച്ചു സുപ്ലൈ കട്ട് ചെയ്യാനായി അപ്പോൾത്തന്നെ വിടുകയും ചെയ്തു.

ഏതാണ്ട് അര മണിക്കൂർകഴിഞ്ഞു കാണും കാക്കി ഷർട്ടും വെളുത്ത മുണ്ടും ധരിച്ച ഒരു ചെറുപ്പക്കാരൻ ഓടി വന്നു. കണ്ടാൽ തന്നെ അറിയാം ഓട്ടോ ഓടിക്കുന്ന ആളാണ്. ഞാൻ പലപ്പോഴും കണ്ടിട്ടുമുണ്ട്. അയാൾ വെപ്രാളത്തോടെ, മാഡം എന്റെ അച്ഛൻ ആണ് കറണ്ട് കട്ട് ചെയ്യാനുള്ള അപേക്ഷയുമായി വന്നത്. വീട്ടിൽ വഴക്കുണ്ടാക്കിയിട്ട് ചെയ്യുന്ന പണിയാണ്. ദയവു ചെയ്തു കണക്ഷൻ തിരിച്ചു തരണം. പ്രായമായ അമ്മയും എന്റെ ചെറിയ കുഞ്ഞുങ്ങളുമൊക്കെ ഉള്ളതാണ്. ഞാൻ അന്തംവിട്ടുപോയി. ഒരിക്കലും അത്രയും പ്രായമായ ഒരാൾ അതും വളരെ തന്മയത്വത്തോടെ പറഞ്ഞത് നുണയാണെന്നു ഉൾകൊള്ളാൻ എനിക്കായില്ല. അപ്പോൾ അവിടേയ്ക്ക് വന്ന പെറ്റി കോൺട്രാക്ടർ എന്നോട് പറഞ്ഞു ശരിയാണ്. എന്റെ അയൽക്കാരൻ ആണ്. അദ്ദേഹം പി.ഡബ്ല്യു.ഡിയിൽ നിന്ന് എൻ.എം.ആർ. വർക്കർ ആയിട്ട് വിരമിച്ചതാണ്. 7000 രൂപയോളം പെൻഷൻ കിട്ടും. ഒന്നും വീട്ടിൽ കൊടുക്കില്ല. ഹോട്ടൽ ഭക്ഷണവുമായി അടിച്ചുപൊളിച്ചു നടക്കും. പൈസ കിട്ടുന്നതിന്റെ അഹങ്കാരമാണ്. വയസ്സായ, നടക്കാൻ പോലുംതീരെ വയ്യാത്ത അങ്ങേരുടെ ഭാര്യയുണ്ട്. അവർക്കുള്ള മരുന്നു വരെ ഈ പയ്യൻ ഓട്ടോ ഓടിച്ചു കിട്ടുന്നതിൽ നിന്നാണ് വാങ്ങിക്കുന്നത്. എനിക്ക് പ്രശ്നത്തിന്റെ ഏകദേശരൂപം കിട്ടി. ഉടനെ ആ ലൈൻമാനെ വിളിച്ചു കട്ട് ചെയ്ത കണക്ഷൻ തിരിച്ചു കൊടുക്കാൻ ഏല്പിച്ചു. ഓട്ടോക്കാരൻ ചേട്ടൻ നന്ദി പറഞ്ഞു പിരിഞ്ഞു.

പിറ്റേന്ന് രാവിലെ ഒരു പത്തുമണി ആയപ്പോൾ നമ്മുടെ കഥാപാത്രം കയറി വന്നു. ഞാൻ ചിരിയോടെ ഇരിക്കാൻ പറഞ്ഞു. ആൾ മുഖമൊക്കെ വലിച്ചുമുറുക്കി ആകെക്കൂടി ദേഷ്യഭാവത്തിൽ ആണ്. എന്താണ് മാഡം, ഞാൻ അപേക്ഷ തന്നിട്ട് കറന്റ് കട്ട് ചെയ്യാഞ്ഞത്, വളരെ മോശമായിപ്പോയി എന്നൊക്കെ പറഞ്ഞു. അച്ചായാ, വീട്ടിൽ ആൾക്കാർ താമസമുണ്ടെന്ന കാര്യം എന്നോട് പറയാഞ്ഞതെന്താണ്. അത് അറിഞ്ഞിരുന്നെങ്കിൽ അപേക്ഷാഫീസുപോലും അടപ്പിക്കില്ലായിരുന്നു. ഇരിക്കൂ, നമുക്ക് ഇരുന്നു സംസാരിക്കാം എന്നൊക്കെ പറഞ്ഞിട്ട് മൈൻഡ് ചെയ്യാതെ ഒരു ചോദ്യം... "എന്റെ പൊന്നുമാഡം അവരെ വെറും ഒരു ദിവസമൊന്ന് ഇരുട്ടത്തുകിടത്താൻ മാഡത്തിനെകൊണ്ട് സാധിച്ചില്ലല്ലോ. പറഞ്ഞ പൈസ മൊത്തം ഞാൻ അടച്ചതല്ലേ? " അച്ചായാ, വാടകക്കാരുടെ പോലും അവരവിടെ താമസമുണ്ടെങ്കിൽ നമുക്ക് കട്ട് ചെയ്യാൻ പറ്റില്ല. പിന്നെയല്ലേ സ്വന്തം ഭാര്യയും മകനുമൊക്കെ താ

മസിക്കുന്ന വീട്... എന്നൊക്കെ ഞാൻ വിശദീകരിച്ചെങ്കിലും അദ്ദേഹം സംതൃപ്തനാകാതെ തിരിച്ചു പറഞ്ഞു. ഞാൻ മാഡത്തിനു എതിരെ മുകളിലേക്ക് പരാതി കൊടുക്കാൻ തീരുമാനിച്ചതാണ്. പരാതി എഴുതിക്കാൻ ചെന്നപ്പോൾ അവിടെ ഇരുന്നവർ പറഞ്ഞു മാഡത്തിന് എതിരെ പരാതി കൊടുത്താൽ ദൈവദോഷം കിട്ടുമെന്ന്. അതുകൊണ്ടുമാത്രം ഞാൻ പരാതി കൊടുക്കുന്നില്ല. എന്നുപറഞ്ഞിട്ട് ഇഷ്ടക്കേടിൽ തന്നെ ഇറങ്ങിപ്പോയി.

വൈകുന്നേരങ്ങളിൽ ബസ് സ്റ്റോപ്പിലേക്ക് നടക്കുമ്പോൾ ഇടക്കിടക്ക് ഞങ്ങൾ മുഖാമുഖം കാണുമായിരുന്നു. ഞാൻ ചിരിച്ചു കാണിച്ചാലും ഗൗരവം ഒട്ടും വിടാതെ പഴയ സിനിമകളിലെ ശ്രീ കൃഷ്ണൻകുട്ടിനായരുടെ കഥാപാത്രം നോക്കുന്ന ഒരു നോട്ടം ഇല്ലേ അതുപോലെ ഒന്നു നിന്നിട്ട് ലേശം ചരിഞ്ഞിട്ട് ഒരു നോട്ടം നോക്കും. എനിക്ക് അല്പം പോലും ദേഷ്യം തോന്നാറില്ല കുശുമ്പും കുന്നായ്മയും ഉള്ള ഈ കഥാപാത്രങ്ങളോട്. കാരണം നമ്മൾ ശ്രീ സത്യൻ അന്തിക്കാടിന്റെ സിനിമകൾ ഇഷ്ടപ്പെടുന്നവരല്ലേ. അദ്ദേഹത്തിന്റെ സിനിമകളിൽ ഇതുപോലുള്ള ഒരുപാട് ഗ്രാമീണ കഥാപാത്രങ്ങൾ ഉണ്ടാകാറുണ്ട്. അതും ഒരു ഗ്രാമത്തിലെ അവിഭാജ്യ ഘടകങ്ങൾ ആണ്. അവരൊക്കെ കൂടിയുണ്ടെങ്കിൽ മാത്രമേ ഒരു പൂർണ്ണത ഉണ്ടാവുകയുള്ളൂ, അല്ലേ..!

Answer the following questions... What is your name?

കിടങ്ങറ സെക്ഷനിൽ തന്നെയാണ് ഇത്തവണയും കഥ നടക്കുന്നത്. കുട്ടനാടിന്റെ ഏറ്റവും വലിയ സൗന്ദര്യം അവിടുത്തെ കായലും ആറുകളും തോടുകളും പാടശേഖരങ്ങളും ഒക്കെയാണ്. ഈ കായലിലും ആറ്റിലുമൊക്കെ ആൾക്കാർ വല വീശി മീൻ പിടിക്കുന്നതും കാണാൻ നല്ല രസമാണ്. ചിലർ കരയിൽ നിന്നും, വൈദഗ്ധ്യമേറിയവർ വള്ളത്തിൽ നിന്നും ഒക്കെ വല വീശുന്നത് കാണാം. എങ്കിലും കുറച്ചേറെ നാളുകളായി കുറച്ച് ആൾക്കാർ കറന്റ് ഉപയോഗിച്ചാണ് മീൻ പിടിക്കാൻ താല്പര്യം കാട്ടുന്നത്. അതും ഉത്പാദകരിൽ നിന്നും ഇടനിലക്കാരില്ലാതെ നേരിട്ട്. തെളിച്ചു പറയാം ലൈനിൽ നിന്ന് നേരെ കൊളുത്തി ആറ്റിലേയ്ക്ക് ചില താത്കാലിക സംവിധാനങ്ങളിൽകൂടി കടത്തിവിട്ട് മീനിനെ ഷോക്കടിപ്പിച്ചു പിടിക്കുന്ന രീതി. ഇതു തികച്ചും ക്രിമിനൽ കുറ്റവും അപകടമുണ്ടാക്കുന്നതും ആണെന്ന് അവർക്ക് അറിയായ്കയുമല്ല. തന്നെയുമല്ല ഇങ്ങനെ ഷോക്കടിപ്പിക്കുമ്പോൾ വലിയ മീനുകൾ മാത്രമല്ല ആ പരിസരത്തുയുള്ള ചെറിയ മീനുകൾ, നീർക്കോലി, തവള തുടങ്ങി ഒരു ആവാസ വ്യവസ്ഥ തന്നെയാണ് ഇല്ലാതാകുന്നത്. യാതൊരു വിധത്തിലുള്ള കഷ്ടപ്പാടും കൂടാതെ മുതൽമുടക്ക് തീരെയില്ലാത്ത ഒരു ജോലി എന്നതുകൊണ്ട് പലർക്കും ഇത് വളരെ താൽപര്യമാണ്. ഇതു പുരുഷന്മാരാണ് കൂടുതൽ ചെയ്യുന്നത് എങ്കിലും സ്ത്രീകളും മോശക്കാരല്ല. മുട്ടാർ ഭാഗത്തൊക്കെ ചെന്നപ്പോൾ നേരിട്ട് കണ്ടിട്ടുള്ളതാണ്. വളരെ ചിരപരിചിതമായ വഴക്കത്തോടെ സ്ത്രീകൾ ഈ പണിചെയ്യുന്നത്. ഒന്നും ചെയ്യാൻ പറ്റിയില്ല. ആറ്റിനക്കരെയും ഇക്കരെയും നിന്ന് കണ്ടു പോരാൻ മാത്രേ സാധിക്കൂ. തെളിവ് ഇല്ലാതെ കേസ് കൊടുക്കാൻ പറ്റില്ലല്ലോ. വളഞ്ഞുചുറ്റി അക്കരെ എത്തുമ്പോൾ ആടുകിടന്നിടത്ത് പൂടപോലും കാണില്ലെന്നറിയാമല്ലോ.

വാണിജ്യപരമായി ഈ പണി ചെയ്തു ഹോട്ടലുകാർക്ക് മീൻ എത്തിച്ചു കൊടുക്കുന്ന വിരുതന്മാരുമുണ്ട്. അവരൊക്കെ ക്രിമിനൽ ബാക്ക്ഗ്രൗണ്ട് ഉള്ളവരാണ് കൂടുതലും. അതുകൊണ്ടു തന്നെ നാട്ടുകാർക്ക് ഭയമാണ് കെ.എസ്.ഇ.ബി.യിലേക്കൊക്കെ വിളിച്ചുപറയാൻ. ചിലപ്പോഴൊക്കെ ഇക്കാര്യം ആരെങ്കിലുമൊക്കെ ഫോൺ വിളിച്ച് അറിയിക്കുമ്പോൾ കൈയോടെ പിടികൂടി പോലീസിൽ ഏല്പിക്കാറുണ്ട്. കിട്ടാതെയും വന്നിട്ടുണ്ട്. ചിലപ്പോളൊക്കെ ആൾക്കാർ ഷോക്കേറ്റ് മരിക്കാറുമുണ്ട്. ചിലപ്പോൾ എന്നുപറഞ്ഞാൽ ആണ്ടിൽ ഒന്നും രണ്ടും പേരൊക്കെ. പലതും കെ.എസ്.ഇ.ബി.യെയോ പോലീസിലോ അറിയിക്കാതെ ഹാർട്ട് അറ്റാക്ക് ആയി മുദ്രകുത്തപ്പെടും. ഒരിക്കൽ ഇതിൽ ഏർപ്പെട്ടവർ പിന്തിരിയാൻ പ്രയാസമാണ്. ചിലർക്കെതിരെ പോലീസിൽ പരാതി കൊടുത്താലും കോമ്പൗണ്ടിങ് ചെയ്തു ആദ്യതവണയുടെ ആനുകൂല്യം വാങ്ങി പിഴയൊടുക്കി കേസിൽ നിന്ന് ഒഴിവാകാറുണ്ട്. ചിലർ ആതുകയുടെ വലിപ്പം കൊണ്ടു പിന്നീട് ഈ പണിയിൽ നിന്ന് ഒഴിവായിപ്പോകും. ചിലർ വീണ്ടും തുടരും. അങ്ങനെ തുടർന്ന ഒരാൾ മരിച്ചതിന്റെ സൈറ്റ് മഹസ്സർ എഴുതേണ്ടി വന്നിട്ടുമുണ്ട്.

ഒരുദിവസം വൈകുന്നേരം ഇതുപോലെ കിടങ്ങറ സ്കൂളിനടുത്തുള്ള പാലത്തിനടുത്ത് കറന്റിട്ടു മീൻ പിടിക്കുന്നു എന്നു ഫോൺ വന്നു. ഞാനും സ്റ്റാഫും കൂടിപ്പോയി നോക്കുമ്പോൾ മൂന്നുപേരുണ്ട്. ഒരാൾ ലൈനിൽ വയർ കൊളുത്തി ഒരു കമ്പുമായി നിൽക്കുന്നു. ഈ കമ്പിൽ വയർ ഘടിപ്പിച്ചിട്ടാണ് ലൈനിലേക്ക് കൊളുത്തുന്നത്. ഒരാൾ ഒരു കൈയിൽ ഒരു വളയം (കറന്റ് ഉപയോഗിച്ചു മീൻ പിടിക്കാൻ ഉള്ള സാമഗ്രി) മറു കൈയിൽ ഒരു ചെറിയ കോരുവല എന്നിവയുമായി നിൽക്കുന്നു. ഒരാൾ മീൻ ഇട്ടിരുന്ന പ്ലാസ്റ്റിക് ചാക്ക് തുറന്നു പിടിച്ചു നിൽക്കുന്നു. ഞങ്ങളെ കണ്ടയുടനെ രണ്ടുപേർ ആറ്റിൽ ചാടി നീന്തി രക്ഷപ്പെടാൻ നോക്കി. ഒരാളെ ഒരു ലൈൻമാൻമാർ പുറകെ നീന്തിച്ചെന്നു പിടികൂടി. മറ്റെയാൾ രക്ഷപ്പെട്ടു. മൂന്നാമത്തെ ആൾ ഒന്നും മിണ്ടാതെ ആ പോസ്റ്റിനരികിൽതന്നെ കുത്തിയിരുന്നു. ഇതിനകം പോലീസിനെ ഞാൻ വിളിച്ചു പറഞ്ഞിരുന്നു. അവരുമെത്തി കിട്ടിയ ആൾക്കാരെ അവർക്ക് കൈമാറി. സൈറ്റ് മഹസ്സറിൽ സാക്ഷിയായി ഒപ്പിടാൻ പോലും നാട്ടുകാർക്ക് ഭയമാണ്. മൂന്നുപേരിൽ ഒരാൾ ഈ കേസിൽപ്പെട്ടതല്ലെന്നു എനിക്കറിയാമായിരുന്നു. അയാളാണ് പോസ്റ്റിന്റെ അരികിൽ ഇരുന്നിരുന്നത്. ചില ആവശ്യങ്ങൾക്ക് ഓഫീസിൽ വന്നിട്ടു

ള്ളതുകൊണ്ട് ആളെ അറിയാം. ഈ പണിക്കൊന്നും പോകാനുള്ള ധൈര്യമൊന്നുമില്ല പുള്ളിക്ക്. അബദ്ധത്തിൽ പോയി നോക്കി നിന്നതാണ്. എങ്കിലും ആരെയും ഒഴിവാക്കാതെ കേസ് കൊടുത്തു. മറ്റു രണ്ടുപേരിൽ ഒരാൾ കിടങ്ങറക്കാരനും പക്കാ ക്രിമിനലും ആണ്. അയാൾ രക്ഷപ്പെട്ടു. മറ്റെയാൾ ചെത്തിപ്പുഴക്കാരൻ ആണെന്നറിഞ്ഞു.

ആദ്യത്തെ ആളിനെ ഭാര്യയും മകനും കൂടി ഇല്ലാത്ത കാശുണ്ടാക്കി, കോമ്പൗണ്ടിങ് ഫീസുൾപ്പെടെ 35000 രൂപയോളം ആയിരുന്നു എന്നാണ് ഓർമ്മ, അടച്ചു കേസിൽ നിന്ന് ഒഴിവായി. ബാക്കി രണ്ടുപേരുടെ പേരിലും കേസ് രജിസ്റ്റർ ചെയ്തു. രക്ഷപ്പെട്ട ആളെ കായംകുളത്ത് വേറെ ഏതോ കേസിൽ പിടിച്ചകൂട്ടത്തിൽ കിട്ടി. രണ്ടുപേരും റിമാൻഡിൽ ആയി.

ഒരുദിവസം ഉച്ചയോടടുത്ത നേരം. അന്ന് ക്യാഷ് കൗണ്ടറിൽ നല്ല തിരക്കുണ്ട്. ഞാൻ ചുമ്മാ കൗണ്ടറിനടുത്ത് പോയി നോക്കി. ആൾക്കാർ വരിവരിയായി നിൽകുന്നു. പരിചയക്കാർ കുശലം ചോദിച്ചു. അങ്ങനെ നിൽകുമ്പോൾ നമ്മുടെ ചെത്തിപ്പുഴക്കാരൻ റിമാൻഡ് പ്രതി വരുന്നു. പരോൾ കിട്ടിക്കാണുമെന്നു ഞാൻ ഊഹിച്ചു. എന്നെ കണ്ടയുടനെ മാഡം കാശുവാങ്ങിയിട്ട് ഒരാളെ മാത്രം കേസിൽ നിന്നൊഴിവാക്കിയത് ശരിയായില്ല, ഞങ്ങളെ കൂടി ഒഴിവാക്കണം എന്നൊക്കെ പറയാൻ തുടങ്ങി. ആൾ നന്നായി മദ്യപിച്ചിട്ടുണ്ട്. കാൽ നിലത്തുറയ്ക്കുന്നില്ല. എനിക്ക് നന്നേ നീരസം തോന്നി. അതുകൊണ്ടുതന്നെ വലിയ താൽപര്യമില്ലാതെ പറഞ്ഞു, അയാൾ മാത്രമേ പൈസ അടച്ചുള്ളൂ അതുകൊണ്ട് കേസിൽ നിന്നൊഴിവായി. അയാൾ വിടാൻ ഭാവമില്ലാതെ ഞങ്ങളും അടച്ചു പൈസ, ഞങ്ങളെയും കേസിൽ നിന്നൊഴിവാക്കണം എന്നു കലപില പറഞ്ഞു തുടങ്ങി. ചേട്ടൻ പൈസ അടച്ച രസീതുണ്ടോ എങ്കിൽ കാണിക്ക് ഞാൻ വേണ്ടത് ചെയ്യാം... തീരെ ഇഷ്ടമില്ലാതെ മസിൽ പിടിച്ചാണ് എന്റെ സംസാരം. അപ്പോൾ അടുത്ത ചോദ്യം മാഡത്തിന്റെ കൈയിൽ ലോകത്തിലെ എല്ലാവരുടെയും രസീതുണ്ടോ? എനിക്ക് ക്ഷമ കെട്ടു.. ചേട്ടാ എന്റെ കൈയിൽ രസീത് ഉണ്ടായിട്ടു കാര്യമില്ല. ചേട്ടന്റെ രസീത് ചേട്ടന്റെ കൈയിൽ ഉണ്ടെങ്കിലേ കാര്യമുള്ളൂ എന്നു പറഞ്ഞിട്ട് അയാളെ ഒഴിവാക്കാനായി തിരിഞ്ഞു നടന്നു. അപ്പോൾ പുറകിൽ നിന്നൊരു വിളി മാഡം, വൺ മിനിട്ട്... ഞാൻ തിരിഞ്ഞുനിന്നു, ചോദ്യഭാവത്തിൽ അയാളെ നോക്കി. ആടിയാടി നിൽക്കുന്ന അയാൾ എന്നോട് Madam, Answer the following questions, what is your name? മാഡത്തിന്റെ പേരെന്താണ്? -- വിശദീകരണം... അത്ര നേരവും മസിൽ പിടിച്ചു നിന്ന ഞാൻ കാറ്റുപോയ ബലൂൺ പോലെ ആയി. അറിയാതെ പൊട്ടിച്ചിരിച്ചുപോയി... അയാളെ അവിടെ കൂടിനിന്ന കൺസ്യൂമേഴ്സ് പിടിച്ചുവലിച്ചുകൊണ്ടുപോയി. മദ്യപാനികൾ ചിലപ്പോഴൊക്കെ വളരെ രസികന്മാരാണ് അല്ലേ... ഞാൻ ഇപ്പോളും ഇടക്കൊക്കെ ആ ഡയലോഗ് ഓർത്തു തനിയെ ചിരിക്കാറുണ്ട്... Answer the following questions... what is your name?

കോടതി കാണാനുള്ള ആഗ്രഹം

മങ്കൊമ്പ് സബ്ഡിവിഷനിൽ ജോലി ചെയ്യുന്ന സമയത്ത് എ.ഇ. ഇ. എം.ജി. രാധാകൃഷ്ണൻ സർ ആഴ്ചയിൽ ഒരു ദിവസമെങ്കിലും വച്ച് കോടതിയിൽ പോകുമായിരുന്നു. അപ്പോൾ എനിക്കും ഒരാഗ്രഹം തോന്നി. ഈ കോടതിയുടെ അകം ഒന്നുകാണണം. ഇതുവരെ പോയിട്ടില്ല. ഞാൻ സാറിനോട് ആഗ്രഹം പറഞ്ഞു. എന്നെക്കൂടെ ഒരു ദിവസം കോടതിയിൽ കൊണ്ടുപോകാമോ? അതിനെന്താ ഒരുദിവസം ഞാൻ പോകുമ്പോൾ ലേഖയെകൂടി കൊണ്ടുപോകാം. സർ മറുപടി പറഞ്ഞു. പക്ഷെ തിരക്കിനിടയിൽ അതൊന്നും നടന്നില്ല. ആ ആഗ്രഹം അങ്ങനെ തന്നെ കിടന്നു.

പിന്നീട് ടി.എം.ആർ. ഡിവിഷനിലേക്ക് ട്രാൻസ്ഫർ ആയി. അന്ന് മീറ്റർ സബ് ഡിവിഷനിൽ എ.ഇ.ഇ. വിജയകുമാർ സർ ആയിരുന്നു. എനിക്ക് സ്റ്റോറിന്റെ ചാർജ്ജ് ആണ്. ഇടക്കിടക്ക് സർ മീറ്ററിങ് സെക്ഷനിലെ ജോലി പഠിച്ചെടുക്കാൻ നിർബന്ധിക്കുമായിരുന്നു. സർ ഒരു തവണ എനിക്ക് ചെറുതായി പറഞ്ഞുതരുകയും ചെയ്തു. പിന്നീട് പലതവണ വിശദമായി പഠിപ്പിക്കാൻ സർ തയ്യാറായെങ്കിലും ഞാൻ കുഴിമടിച്ചി ആയതുകൊണ്ട് ആ സമയത്ത് മുങ്ങിക്കളയും. എനിക്കാണെങ്കിൽ അവിടുത്തെ സ്റ്റാൻഡേർഡ് മീറ്ററും ടെസ്റ്റ് ബെഞ്ചും ഒക്കെ കാണുമ്പോൾ തന്നെ വട്ടുപിടിക്കും. ഇതൊക്കെ എനിക്ക് ബുദ്ധിമുട്ടാണെന്ന് ഒരു തോന്നൽ മനസ്സിൽ വന്നിരുന്നു. എന്നിട്ടോ അന്ന് പഠിക്കാൻ മടിച്ചു മുങ്ങിയ ഞാൻ 10 വർഷത്തിനു ശേഷം മീറ്റർ ലാബിൽ എ.ഇ. ആയി ചാർജ്ജ് എടുക്കേണ്ടി വന്നു. ചാർജ്ജ് ഹാൻഡ് ഓവർ ചെയ്ത എ.ഇ. പോകും മുമ്പുള്ള മീറ്റിംഗിൽ, മീറ്റർ എന്നാൽ ഒരു കടൽ പോലെയാണ് ഞാൻ അതിന്റെ കരയിൽ ഇരിക്കുന്ന ആൾ മാത്രമാണ് എന്നൊക്കെ പ്രസംഗിക്കുന്നത് കേട്ട് ഒരു കുളക്കരയിൽ പോലും ഇരുന്നിട്ടില്ലാത്ത ഞാൻ അന്തം വിട്ടുപോയി. പഠിക്കാൻ പറഞ്ഞ സമയത്ത് പഠിക്കണ്ടാ എന്നു പറഞ്ഞ എന്റെ അഹങ്കാരത്തിന് ദൈവം തന്ന ശിക്ഷ അല്ലാതെന്ത്. എന്നിട്ട് അതേ വിജയകുമാർ സാറിനെ വിളിച്ചു ചോ

ദിച്ചു എല്ലാം പഠിച്ചു. പോരാത്തതിന് മറ്റു ടി.എം.ആർ.കളിലെ സ്റ്റാഫിന്റെ സഹായവും കിട്ടിയിരുന്നു.

അതല്ലല്ലോ നമ്മുടെ വിഷയം. "കോടതി... " അതിലേയ്ക്ക് വരാം. നല്ല സൗഹൃദം ആയിരുന്നു വിജയകുമാർ സാറിനും എനിക്കുമിടയിൽ. സാറിന്റെ ഭാര്യ അന്ന് മാവേലിക്കര മുനിസിഫ് ആയിരുന്നു. അറിഞ്ഞപ്പോൾ ഞാൻ എന്റെ പഴയ ആഗ്രഹം പങ്കുവച്ചു. അവിടെ ചെന്നാൽ കോടതി കാണാൻ സൗകര്യം ചെയ്യാം എന്ന് പറയുകയും ചെയ്തു. അതിനുവേണ്ടി മാത്രം മാവേലിക്കര വരെ പോകുന്നത് പ്രയോഗികമല്ലാത്തത് കൊണ്ട് ഞാൻ അക്കാര്യം വിട്ടു. അന്ന് ഞങ്ങളുടെ എക്സിക്യൂട്ടീവ് എൻജിനീയർ മീന മാഡം ആയിരുന്നു. മാഡം വേണ്ടതിനും വേണ്ടാത്തതിനുമൊക്കെ എന്നെ കൂട്ടുപിടിക്കുന്ന ഒരു ശീലക്കാരി ആണ്. അങ്ങനെ ഒരുദിവസം Unilec എന്ന മീറ്റർ കമ്പനിയിൽ ഇൻസ്പെക്ഷന് പോകാൻ മാഡവും സാറും കൂടി പോകുന്നു. കൊല്ലത്തുള്ള ഫാക്ടറിയിൽ പോകാൻ ഞാൻ കൂടി ചെല്ലാൻ മാഡം നിർബന്ധിച്ചു. മീറ്ററുമായി ഒരു ബന്ധവുമില്ലെങ്കിലും ഞാനും അവരുടെ കൂടെ കൂടി. ഇൻസ്പെക്ഷൻ കഴിഞ്ഞു തിരിച്ചുപോരും വഴി സാറിനെ മാവേലിക്കര ക്വാർട്ടേഴ്സിൽ ഇറക്കണം. സന്ധ്യയോടടുക്കുന്ന സമയം സാറിന്റെ ക്ഷണപ്രകാരം ഞങ്ങളും കൂടെ ഇറങ്ങി. വീട്ടിൽ ചെന്നപ്പോൾ തന്നെ സർ എന്റെ ആഗ്രഹം മുനിസിഫ് ആയ വൈഫിനോട് പറഞ്ഞു. ഉടൻ തന്നെ ആ മാഡം ആരെയോ ഫോണിൽ വിളിച്ചു. ആ സന്ധ്യയ്ക്ക് കോടതി ഒരാൾ വന്നു തുറന്നു. ഞങ്ങൾ അവിടെ ചെന്നു. ഓരോന്നും എനിക്ക് വിശദമായി പറഞ്ഞുതന്നു. കോടതി മുറിയിൽ ഒരു കൂടുമാത്രം കണ്ടപ്പോൾ സിനിമയിൽ രണ്ടു കൂടുണ്ടല്ലോ എന്നു ചോദിച്ച എന്നോട് അതു സിനിമയിലെ ഉള്ളൂ ഇവിടെ ശരിക്കും പ്രതിക്ക് കൂടില്ല എന്നു പറഞ്ഞു മനസിലാക്കി തന്നു. ജഡ്ജിയുടെ പേഴ്സണൽ മുറിയും ഒക്കെ കാണിച്ചുതന്നു. എനിക്ക് വളരെ സന്തോഷമായി.

പക്ഷെ അതൊരു തുടക്കം മാത്രമായിരുന്നു. പിന്നീടങ്ങോട്ട് പല പല കോടതികൾ കണ്ടു മടുത്തു.

ആദ്യം പോയത് ലൈനിൽ നിന്നും കറന്റ് മോഷ്ടിച്ചു മീൻ പിടിച്ചതിന് എതിരായി കൊടുത്ത കേസിനു വേണ്ടിയായിരുന്നു. കൂടെ മൂന്നു സഹപ്രവർത്തകരും ഉണ്ട്. രണ്ടുമൂന്നുപേരെ കൂടെ സാക്ഷിയായൊക്കെ ചേർക്കും. ഒറ്റയ്ക്കുള്ള പോക്കും ഒഴിവാകുമല്ലോ. ആദ്യം കോട്ടയത്തുള്ള കോടതിയിൽ എത്തിയപ്പോഴേ ഞാൻ കൂ

ടെയുള്ളവരോട് പറഞ്ഞു ധനനഷ്ടവും മാനഹാനിയും ഒരുമിച്ചായല്ലോ..! എന്തു പറ്റി എന്നു കൂടെയുള്ളവർ. ബോർഡ് വായിച്ചു നോക്കാൻ പറഞ്ഞു. "സ്ത്രീപീഡന കേസുകൾ വാദിക്കുന്ന കോടതി". കറന്റിട്ടു മീൻ പിടിക്കുന്നത് ഫാസ്റ്റ് ട്രാക്ക് കോർട്ടിന്റെ പരിധിയിൽ ആണ്. അതാണ് ഇവിടെ ഞങ്ങളുടെ കേസും വന്നത്. എന്തായാലും കോടതിമുറിയിൽ കയറി. ആദ്യമായി കേസുമായി ബന്ധപ്പെട്ട് അകത്തു കയറിയതാണ്. കോടതി നമുക്കൊക്കെ പണ്ടേ പേടിയാണ് അമ്മാതിരി കഥകൾ ആണ് കേട്ടിരിക്കുന്നത്. കുറച്ചു സമയം കഴിഞ്ഞപ്പോൾ എനിക്ക് വെള്ളം കുടിക്കാൻ തോന്നി. കുപ്പിയിൽ വെള്ളം കരുതിയിട്ടുണ്ട്. അവിടെയിരുന്നു കുടിച്ചാൽ പിടിച്ചകത്തിടുമോ എന്നൊരു ഉൾവിളി. പണ്ട് ഒരു ലൈൻമാൻ കോടതിയിൽ ചെരുപ്പിട്ടു കയറാമോ എന്നു സംശയിച്ചു മജിസ്ട്രേറ്റിന്റെ കാലിൽ ചെരുപ്പ് കണ്ടപ്പോൾ മജിസ്ട്രേറ്റിന്റെ കാലിൽ ചെരുപ്പുണ്ട് നമുക്കും ചെരിപ്പിടാമെന്നു ഉറക്കെ പറഞ്ഞതിന് 5 മണി വരെ മൂലയ്ക്കിരുത്തി എന്ന കഥ കേട്ടിട്ടുണ്ട്. എന്തായാലും വെള്ളം കുടിച്ചിട്ടേയുള്ളൂ. ഞാൻ വെള്ളം കുടിച്ചു കുറച്ചു സമയം കൂടി കഴിഞ്ഞാണ് ഞങ്ങളുടെ കേസ് വിളിച്ചത്.

എന്നെ കൂട്ടിൽ നിർത്തി ബാക്കിയുള്ളവരെ പുറത്തു നിർത്തി. അവർക്ക് ജനലിലൂടെ എന്നെ കാണാം. വഴിയേ കൂടി പോയവരും ഏതോ പീഡന കേസിലെ വാദം എന്നു കരുതി അകത്തുകയറി കൂട്ടിൽ നിൽക്കുന്ന ചുരിദാറുകാരിയായ എന്നെ സഹതാപമോ ആകാംക്ഷയോ നിറച്ചു നോക്കുന്നു. എന്നെ ഒരു ബുക്കിലോ മറ്റോ തൊട്ടു സത്യം ചെയ്യിപ്പിച്ചു... "സത്യം മാത്രമേ ബോധിപ്പിക്കുകയുള്ളൂ." തൊണ്ടി മുതൽ ഒരു പ്യൂണിനെ കൊണ്ടു എടുപ്പിച്ചു മുന്നിൽ നിർത്തി. ശേഷം ക്രോസ്സ് തുടങ്ങി.

പ്രതിഭാഗം വക്കീൽ ഞാൻ ഏതോ കൊലപാതകം നടത്തിയ പോലെ ചാടി കടിക്കാൻ വരുന്നു. ഞാൻ ഓരോ ചോദ്യത്തിനും അങ്ങേരുടെ മുഖത്തു നോക്കി ഉത്തരം പറയുന്നു. പുറത്തുനിൽക്കുന്ന എന്റെ സഹപ്രവർത്തകർ എന്റെ ഭാവമാറ്റം ശ്രദ്ധിച്ചു കൊണ്ട് കമെന്ററി പറയുന്നു. മാഡത്തിന്റെ മുഖം മാറിതുടങ്ങി. കണ്ടോൾ ഇപ്പൊ പോകും ഇപ്പൊ കുരു പൊട്ടും ഇപ്പൊ പൊട്ടും എന്നിങ്ങനെ. എന്നെ അവർക്കല്ലേ നന്നായി അറിയാവുന്നത്. അവരുടെ പറച്ചിൽ പോലെ എനിക്ക് ക്ഷമ നശിച്ചപ്പോൾ "കുറച്ചുകൂടെ മൈൽഡ് ആയി സംസാരിക്കണം സർ" എന്നു ദേഷ്യത്തിൽ പ്രതിഭാഗം വക്കീലിനോട് പറഞ്ഞു. ഇനി ഇതിന്റെ പേരിൽ

എന്നെ പിടിച്ചു ജയിലിൽ ഇട്ടാലും വേണ്ടില്ല ഇയാളുടെ ആക്രോശം കേൾക്കാൻ വയ്യ എന്ന സ്ഥിതിയിൽ ആയിപ്പോയിരുന്നു ഞാൻ. അപ്പോൾ ബഞ്ച് ക്ലാർക്ക് എന്നോട് ജഡ്ജിയെ നോക്കി മറുപടി പറയാൻ ആംഗ്യം കാണിച്ചു. എല്ലാ ചോദ്യത്തിനും ജഡ്ജിയെ നോക്കി ആണ് മറുപടി പറയേണ്ടത് എന്നെനിക്ക് അറിയില്ലായിരുന്നു. ഏതായാലും ഇത്രയും ആയപ്പോൾ ജഡ്ജി ഇടപെട്ടു. ഇയാൾ ഇങ്ങനെ ഓരോന്ന് ചോദിക്കും, ആ കുട്ടി ഉത്തരം പറയും, ഞാൻ എഴുതും. സീഷർ ഇരിക്കുന്നിടത്തോളം കാലം 35000 രൂപ അടയ്ക്കണോ 70000 രൂപ അടയ്ക്കണോ എന്നു തീരുമാനിച്ചാൽ മതി. ഞാൻ അപ്പോൾ അദ്ദേഹത്തെ നോക്കി ആത്മാർത്ഥമായി തൊഴുതു. പോരാൻ നേരം അറ്റെണ്ടൻസ് വാങ്ങാൻ ചെന്നപ്പോൾ ബഞ്ച് ക്ലാർക്ക് ചിരിച്ചുകൊണ്ട് ചോദിച്ചു, മാഡം എന്തിനായിരുന്നു വക്കീലിനോട് ചൂടായത്. ഞാൻ കാര്യം പറഞ്ഞപ്പോൾ അങ്ങേര് കക്ഷിയോട് കാശു വാങ്ങിയതല്ലേ അതിന്റെ ഷോ ഒന്നു കാണിക്കണ്ടേ... ചിരിച്ചുപോയി.

ഏതായാലും ആ ജഡ്ജിന് കാര്യം മനസ്സിലായി. ജീവിതത്തിൽ ആദ്യമായി കോടതിയിൽ കയറിയതാണെന്നും സംഗതി സത്യം ആണെന്നും അതുകൊണ്ടുതന്നെ ഞാൻ കൊടുത്ത ബിൽ തുകയുടെ ഇരട്ടിതുക ശിക്ഷയായി വിധിച്ചു.

പിന്നീട് ഇതേ കേസിൽ ആലപ്പുഴ സെഷൻസ് കോർട്ട്. ബോർഡിന്റെ വക്കീൽ ഒത്തുകളിച്ചതാവണം, കേസ് തോറ്റു. പിന്നെ സ്റ്റാഫിനെ തല്ലിയ കേസിൽ സി.ജെ.എം. കോർട്ട് രാമങ്കരി, ആലപ്പുഴ അദാലത്തിൽ എ.ഇ.ഇ. യ്ക്ക് പകരം. പിന്നൊരിക്കൽ വീണ്ടും അദാലത്തിൽ കിടങ്ങറയിലെ തന്നെ കേസിനുപോയി. അന്ന് രസകരമായ സംഭവം ഉണ്ടായി. ഒരു ബില്ലിന്റെ ഡിസ്പ്യൂട്ടാണ്. ഞാൻ ചെല്ലുന്നതിനും മുന്നേയുള്ള പഴയ ഒരു കേസ്. കോടതിയിൽ വച്ചു കൺസ്യൂമർ ആയ സ്ത്രീയെ കണ്ടു സംസാരിച്ചു നിൽക്കുമ്പോൾ കേസ് വിളിച്ചു. ജസ്റ്റിസ് പഞ്ചാപകേശൻ സർ ആണ് ഡയസ്സിൽ. സർ കെ.എസ്.ഇ. ബിയിൽ നിന്ന് ആരും വന്നിട്ടില്ലേ എന്നു ചോദിക്കുന്നു. മുന്നിൽ തന്നെ നിൽക്കുന്ന ഞാൻ "സർ എ.ഇ. ആണ് " എന്നു പറയുന്നു. അപ്പോൾ എ.ഇ. ആണോ കണ്ടാൽ പറയില്ല കേട്ടോ. ഞാൻ കരുതി അവരുടെ മോൾ ആണെന്ന്... സർ ചിരിച്ചു. അവിടെ കൂട്ടച്ചിരി. എനിക്ക് ഓഫീസിൽ വന്ന് എ.ഇ.യോ ഇതോ എന്നു പുച്ഛഭാവത്തിൽ ചോദിച്ച പഴയ അമ്മൂമ്മയെ ഓർമ്മ വന്നു. ഇതിലും വലുതു ചാടി കടന്നവനാണ് ഈ കെ.കെ. ജോസഫ്

എന്ന മട്ടിൽ ഞാൻ നിന്നു. പിന്നെയും സി.ഡി.ആർ.എഫ്., സി.ജി. ആർ.എഫ്., സെഷൻസ് കോർട്ട്, ലീഗൽ സർവിസ് സെൽ, അപ്പ ലെറ്റ് അതോറിറ്റി അങ്ങനെ പലതും.

ഇതെല്ലാം കഴിഞ്ഞു സ്വസ്ഥമായി ടി.എം.ആർ. മീറ്റർ ലാബിൽ ജോലി ചെയ്യുമ്പോൾ ദേ വരുന്നു അടുത്ത സമൻസ് തൃശ്ശൂർ സി. ജെ.എം. കോടതിയിൽ നിന്ന്. തൃശൂരിൽ ജോലി ചെയ്തിട്ടില്ലാത്ത എന്നോട് ഹാജരാകാൻ നിർദേശിച്ചിരിക്കുന്നു. ആദ്യം അവർക്ക് തെറ്റിയോ എന്നു സംശയിച്ചു. പിന്നെ മനസ്സിലായി ഒരു ലൈൻമാ നുമായി ബന്ധപ്പെട്ട ചെക്ക് കേസ് തൃശൂർ കോടതിയുടെ പരിധി യിൽ വന്നതാണെന്ന്. ഈ ലൈൻമാൻ, ആ പറഞ്ഞ ദിവസം കിട ങ്ങറയിൽ ഡ്യൂട്ടിയിൽ ഉണ്ടായിരുന്നു എന്ന് അന്നത്തെ ഓഫീസർ സാക്ഷ്യം പറയണം. മൂന്നുതവണ പോകേണ്ടി വന്നു. വടക്കുന്നാ ഥനെ പോലും കണ്ടിട്ടില്ലാത്ത ഞാൻ മജിസ്ട്രേറ്റിനെ തപ്പി തൃശൂർ നഗരത്തിൽ അലഞ്ഞു നടന്നു.

എല്ലാം ആ ഒരാഗ്രഹത്തിന്റെ പുറത്ത് ആണല്ലോ എന്നോർക്കു മ്പോൾ ആണ് ഒരു സമാധാനം..!

ആത്മഹത്യാഭീഷണിയും കൺസെന്റും

കിടങ്ങറ സെക്ഷനിൽ ജോലി ചെയ്യുന്ന സമയമാണ്. ഒരു ദിവസം സബ് എഞ്ചിനീയർ ശ്രീകുമാർ എന്നോട് പറഞ്ഞു മാഡം ഒരു കൺസെന്റ് ഒബ്ജെക്ഷൻ കേസ് വന്നിട്ടുണ്ട്. പ്രോപ്പർട്ടി ഓണർ ഒരു വിധത്തിലും സമ്മതിക്കുന്നില്ല. ഞാൻ ഫയൽ വാങ്ങി നോക്കി. മാമ്പുഴക്കരി എന്ന സ്ഥലത്ത് ആണ് അപേക്ഷകന്റെ വീട്. പിറ്റേന്ന് ഞാനും ശ്രീകുമാറും വേറെ ഒന്നു രണ്ടുപേരും കൂടി ഈ സ്ഥലത്ത് പോയി. അപേക്ഷകൻ ഒരു പാവം ബി.പി.എൽ. കാരൻ ആണ്. ഭാര്യയും ഒരു കൈകുഞ്ഞും കൂടി ഒരു രണ്ടു മുറിയുള്ള വീട്ടിൽ താമസിക്കുന്നു. കാണുമ്പോൾ തന്നെ അറിയാം സാധുക്കൾ. ഇവർക്ക് വീടിനു വൈദ്യുതി കണക്ഷൻ കിട്ടണമെങ്കിൽ തൊട്ടടുത്ത് താമസിക്കുന്ന ആളിന്റെ പറമ്പിൽ കൂടി ഇലക്ട്രിക് ലൈൻ വലിക്കണം. ആ അച്ചായന്റെ പറമ്പിന്റെ മൂന്ന് ഭാഗത്തും ലൈൻ വന്നു നിൽക്കുന്നുണ്ട്. അച്ചായൻ ഒരു വിധത്തിലും ഒരു റൂട്ടും സമ്മതിക്കുന്നില്ല. ഒരു ചതുപ്പിന് ക്രോസ്സ് ചെയ്തു ലൈൻ വലിക്കുന്നതിൽ അസൗകര്യം തീരെ കുറവാണ്. അതുപോലും അച്ചായൻ സമ്മതിക്കുന്നില്ല. എന്നുമാത്രമല്ല ആൾ വെരുകിനെ പോലെ തലങ്ങും വിലങ്ങും ഓടി നടക്കുന്നു. ഇടയ്ക്ക് വീടിനുള്ളിൽ കയറിപ്പോകുന്നു വീണ്ടും തിരിച്ചു വരുന്നു... വാതോരാതെ എതിർത്ത് പറയുന്നു. നമ്മളെ ഒരു വാക്ക് പറയാൻ പോലും സമ്മതിക്കുന്നില്ല.

ഇത്ര ബഹളം കണ്ട് ഞാൻ അപേക്ഷ തന്നയാളിനോട് നിങ്ങൾ തമ്മിൽ പ്രശ്നം വല്ലതും ഉണ്ടോ... നേരിട്ട് കൺസന്റ് ചോദിച്ചിരുന്നോ... അയാൾ പറഞ്ഞു ഞങ്ങൾ പുതിയതായി സ്ഥലം വാങ്ങി താമസിക്കാൻ വന്നതാണ്. നേരത്തെ പരിചയം പോലുമില്ല. കൺസന്റ് നേരിട്ട് ചോദിച്ചിട്ട് തരില്ല എന്നാണ് പറഞ്ഞത്. ഞാൻ അച്ചായനോട് വളരെ സൗമ്യമായി സംസാരിച്ചു തുടങ്ങി. അച്ചായാ മൂന്ന് റൂട്ടിൽ ഏതെങ്കിലും ഒന്ന് സമ്മതിക്കാമോ അവർ തീരെ പാവങ്ങൾ

അല്ലേ. അവർക്കും ജീവിക്കണ്ടേ. ഏതെങ്കിലും ഇഷ്ടമുള്ള റൂട്ട് പറഞ്ഞാൽ മതി ഏതായാലും കുഴപ്പമില്ല ഏകദേശം ഒരേ നീളമേ വരൂ. ആരോട് പറയാൻ, അദ്ദേഹം അലറി വിളിച്ചു നടക്കുന്നു. എന്റെ പറമ്പിൽ കൂടി ലൈൻ വലിക്കാൻ ഒരു കാലത്തും സമ്മതിക്കില്ല. എല്ലാരേയും കോടതി കയറ്റും ഇങ്ങനെ ഓരോന്ന് പറയുന്നു. എന്റെ സമ്മതമില്ലാതെ ലൈൻ വലിച്ചാൽ കഴുത്തിൽ പിച്ചാത്തി കുത്തി കയറ്റി ഞാൻ ആത്മഹത്യ ചെയ്യും... ഇങ്ങനെ കുറേ കേട്ടപ്പോൾ എന്റെ തല പെരുത്തു. പിന്നെ അടുത്ത് ചെന്നിട്ട് ഞാൻ പറഞ്ഞു, അച്ചായാ ഒരു നിമിഷം ഒന്നും മിണ്ടാതിരിക്കാമോ ഒരു കാര്യം മാത്രം പറഞ്ഞിട്ട് ഞങ്ങൾ പൊയ്ക്കോളാം. അതു കേട്ട് അദ്ദേഹം ഒന്ന് നിർത്തി. ഈ മൂന്നു റൂട്ടും ചേർത്ത് ഞാൻ നാളെ കളക്ടർക്ക് പെറ്റിഷൻ കൊടുക്കും. നമ്മൾ മൂന്ന് കൂട്ടരെയും കളക്ടർ ഹീയറിങ്ങിനു വിളിക്കും. അതിൽ ഒരു റൂട്ട് കളക്ടർ ഉറപ്പായും സാങ്ഷൻ ചെയ്തു തരും. കാരണം ഒരാൾക്കു വൈദ്യുതി കിട്ടേണ്ടത് പ്രാഥമിക ആവശ്യങ്ങളിൽ പെട്ട ഒന്നാണ്. അത് കിട്ടി കഴിഞ്ഞാൽ ഞാൻ വന്ന് പോലീസ് പ്രൊട്ടക്ഷനിൽ ലൈൻ വലിപ്പിക്കും. പിന്നെ അച്ചായൻ കഴുത്തിൽ കത്തി കുത്തി കയറ്റുകയോ വേറെ എന്തു വേണമെങ്കിലും ആവാം. അതൊക്കെ അച്ചായന്റെ ഇഷ്ടം. എന്ന് പറഞ്ഞു തിരിച്ചു പോന്നു.

പിറ്റേന്ന് രാവിലെ എട്ടു മണിയായപ്പോൾ നമ്മുടെ അച്ചായൻ ഓഫീസ്സിന്റെ മുന്നിൽ വന്നു നിൽക്കുന്നു. വളരെ ശാന്തനായി ആണ് നിൽപ്പ്. എന്താണ് അച്ചായാ രാവിലെ തന്നെ, എന്ന എന്റെ ചോദ്യത്തിന്, എവിടെയാ ഒപ്പിടേണ്ടത് എന്ന മറുചോദ്യം ആണ് കേട്ടത്. വേറൊന്നും ഞാൻ ചോദിച്ചില്ല ഫയൽ എടുത്തു കൊടുത്ത് ഒപ്പിട്ട് വാങ്ങി. ശവത്തിൽ കുത്തുന്നത് ശരിയല്ലല്ലോ അല്ലേ..! അങ്ങനെ ആ കണക്ഷൻ കൊടുത്തു.

പ്രണയവും കൺസെന്റും

നേരത്തേ പറഞ്ഞ കൺസെന്റ് കഥ ഞാൻ എന്റെ സുഹൃത്തായ രാജീവിനോട് ഒരിക്കൽ തമാശകൾ പങ്കിടുമ്പോൾ പറഞ്ഞു. അപ്പോൾ രാജീവ് ഇതുപോലെ ഒരു ഒബ്ജെക്ഷൻ കേസ് എനിക്കും ഉണ്ടായിട്ടുണ്ടെന്ന് പറഞ്ഞുതുടങ്ങി. രാജീവ് ആൾ വളരെ രസികൻ ആണ്, ആത്മാർത്ഥമായി ജോലി ചെയ്യുന്ന ആളും. ഇപ്പോൾ മൂഴിയാർ എ.ഇ.ഇ. ആണ്.

സംഭവം നടക്കുന്നത് മലബാർ സൈഡിൽ ഉള്ള ഒരു സെക്ഷൻ പരിധിയിൽ ആണ്. രാജീവ് അവിടെ എ.ഇ. ആണ്. സമ്പൂർണ്ണ വൈദ്യുതീകരണം ഗവണ്മെന്റ് ഏറ്റെടുത്തു നടത്തുന്ന സമയമാണ്. ഒരു ദിവസം എ.ഇ.യെ കാണാൻ ഒരു അച്ഛനും മകളും ഓഫീസിലെത്തി. സമ്പൂർണ്ണ വൈദ്യുതീകരണവും ആയി ബന്ധപ്പെട്ട് പ്രോപ്പർട്ടി ക്രോസ്സിങ്ങ് കേസുകൾ വേഗത്തിൽ ഒത്തു തീർപ്പാക്കി കൊടുക്കുന്നു എന്ന് കേട്ടതു കൊണ്ട് വന്നതാണ്. പരാതി ഇപ്രകാരം പറഞ്ഞു സാർ വർഷങ്ങളായി ഞങ്ങളുടെ വീട്ടിൽ കറന്റില്ല. മോൾ ഹോമിയോ ഡോക്ടർ ആണ്. കറന്റ് കിട്ടിയാലെ ഞങ്ങൾക്ക് വീട് പുതുക്കി പണിത് അവിടെ താമസിക്കാനും ഒരു ക്ലിനിക്ക് ഇടാനുമൊക്കെ പറ്റൂ. ഒന്ന് സഹായിക്കണം. കുറേ നാളുകളായി നടക്കുന്നു. കൺസെന്റ് കിട്ടാത്തതുകൊണ്ട് അപേക്ഷിച്ചില്ല. കറന്റ് ഇല്ലാത്തത് കൊണ്ട് വേറേ സ്ഥലത്ത് വർഷങ്ങളായി വാടകയ്ക്ക് ആണ് താമസം. ഇനിയും വാടക കൊടുത്തു താമസിക്കാൻ ബുദ്ധിമുട്ടാണ്. സാർ എങ്ങനെയെങ്കിലും കണക്ഷൻ കിട്ടാൻ സഹായിക്കണം. കൺസെന്റ് ആണ് വിഷയം എന്ന് മനസ്സിലായ രാജീവ് പ്രോപ്പർട്ടി ഓണറിനോട് സംസാരിക്കാം എന്ന് പറഞ്ഞപ്പോൾ സംസാരിച്ചിട്ടൊന്നും ഒരു കാര്യവുമില്ല കിട്ടില്ല. വേറെ മാർഗ്ഗം എന്തെങ്കിലും ഉണ്ടെങ്കിൽ മാത്രമേ കിട്ടൂ എന്നൊക്കെ പറഞ്ഞ് അവർപിരിഞ്ഞു.

നമ്മുടെ എ.ഇ. പ്രോപ്പർട്ടി ഓണറിനെ കാണാൻ പോയി. ഒരു റബ്ബർ തോട്ടത്തിൽ കൂടിയാണ് ലൈൻ വലിക്കേണ്ടത്. മൂന്ന് പോ

സ്റ്റിട്ട് ഉള്ള കണക്ഷൻ ആണ്. പോസ്റ്റും സ്റ്റേയും ഒക്കെ വരുമ്പോൾ കുറേ റബ്ബർ ഒക്കെ വെട്ടി കളയേണ്ടിവരും. നേരത്തെ പറഞ്ഞ അച്ചായനെ പോലെ ഇദ്ദേഹവും ഒരു വിധത്തിലും അടുക്കുന്നില്ല ഓടി നടക്കുന്നു തരില്ല എനിക്ക് പറ്റില്ല. ഞാൻ നട്ടു പിടിപ്പിച്ച റബ്ബ റൊന്നും വെട്ടാൻ എനിക്ക് സമ്മതമല്ല. അല്ലെങ്കിൽ തന്നെ ഞാൻ ഒരുകാലത്തും അവർക്ക് കൺസെന്റ് കൊടുക്കില്ല എന്ന് അലറി വിളിച്ചു പറഞ്ഞു. രാജീവ് അപ്പോൾ സൗമ്യനായി പറഞ്ഞു. അവർ ക്ക് ഇങ്ങോട്ട് താമസം മാറ്റണം എന്നുണ്ട്. അവർക്ക് ഒരു മോൾ ഉണ്ട് ഹോമിയോ ഡോക്ടർ ആണ്. ഒരു ക്ലിനിക് ഒക്കെ തുടങ്ങണ മെങ്കിൽ കറന്റ് ഇല്ലാതെ പറ്റുമോ. അച്ചായൻ ഒന്നാലോചിച്ചു നോ ക്കൂ. അപ്പോൾ അദ്ദേഹം "ആ മോൾ ഈ വീട്ടിൽ ഓടി കളിക്കേ ണ്ടതായിരുന്നു എന്നിട്ടിപ്പോൾ..." ഒന്ന് നിർത്തിയിട്ട് ഞാൻ ഒരിക്ക ലും ഒപ്പിട്ട് തരില്ല സാർ നിൽക്കണ്ട എന്ന് തീർത്ത് പറഞ്ഞു. കൂടെ ഉണ്ടായിരുന്ന സബ് എഞ്ചിനീയർ നിന്നിട്ട് കാര്യമില്ല സാറെ നമു ക്ക് പോകാം എന്ന് പറഞ്ഞു അവർ തിരിച്ചു പോന്നു.

പിറ്റേന്ന് രാജീവിനു പലരിൽ നിന്നായി കുറേ കാര്യങ്ങൾ പി ടികിട്ടി. ഈ അച്ചായനും ആ മോളുടെ അമ്മയും പണ്ട് പ്രണയ ത്തിൽ ആയിരുന്നു. പക്ഷെ അപ്പോൾ ആ കുട്ടിയുടെ അച്ഛൻ വന്നു അവരെ കല്യാണം കഴിച്ചു. അന്നത്തെ കാലമല്ലേ അവർക്ക് എതിർക്കാൻ സാധിച്ചു കാണില്ല. അയാളോട് ഉള്ള വൈരാഗ്യം കാ രണമാണ് അദ്ദേഹം കൺസെന്റ് കൊടുക്കാത്തത്. അതാണ് ആ മോൾ ഈ വീട്ടിൽ ഓടി കളിക്കേണ്ടതായിരുന്നു എന്ന് അച്ചായൻ പറഞ്ഞത്. ഇത്ര നാളും അതു കാരണം അവർക്ക് ദൂരെ വാടക യ്ക്ക് താമസിക്കേണ്ടിയും വന്നു. കഥ കേട്ടപ്പോൾ രാജീവിനു ഇന്റ റെസ്റ്റ് ആയി.

ഒന്നുകൂടി അച്ചായനെ കാണാൻ പോയി.

ഇത്തവണയും ഞാൻ ഒപ്പിടില്ല എന്ന വാശിയിൽ തന്നെ അച്ചാ യൻ നിന്നു. രാജീവ് അല്പം സെന്റിയിൽ കാര്യം പറയാൻ തുടങ്ങി നമ്മൾ ഒക്കെ മനുഷ്യരല്ലേ ഉള്ള കാലം മൊത്തം ഇങ്ങനെ പിണ ങ്ങിയിരിക്കാമോ, അച്ചായൻ ഒപ്പിട്ടാൽ അവർ ഇവിടെ വന്നു താ മസിക്കും വല്ലപ്പൊഴുമെങ്കിലും ദൂരെ നിന്നെങ്കിലും ഒന്ന് കാണുക യെങ്കിലും ചെയ്യാമല്ലോ എന്നൊക്കെ തട്ടിവിട്ടു. അച്ചായന് രാജീ വ് എല്ലാം മനസ്സിലാക്കി എന്ന് പിടികിട്ടി. എങ്കിലും ഒപ്പിടില്ല എന്ന് തന്നെ പറഞ്ഞു പിരിഞ്ഞു.

ഒരാഴ്ച കഴിഞ്ഞു അച്ചായൻ ഓഫീസിൽ വന്നു. സാർ പറഞ്ഞ

പോലെ ഞാൻ ഒപ്പിട്ടു തരാം. കഴിഞ്ഞ ദിവസം ഞാൻ ഒരു ധ്യാനത്തിനു പോയി അതു കഴിഞ്ഞപ്പോൾ എനിക്കും തോന്നി ഒരു ഉപകാരം ചെയ്യുന്നത് നല്ലതാണ് എന്ന്. അതു കൊണ്ട് എനിക്ക് ലൈൻ വലിക്കുന്നതിനു എതിർപ്പൊന്നും ഇപ്പോൾ ഇല്ല. അദ്ദേഹം എല്ലാ പേപ്പറിലും ഒപ്പിട്ട് കൊടുത്തു. പിറ്റേന്ന് തന്നെ സ്റ്റാഫ് വർക്കിന് പോയി അച്ചായൻ വളരെയധികം ഉൽസാഹത്തിലായിരുന്നു. പുളളി തന്നെ അടുത്ത വർഷം വെട്ടാൻ പാകമായ റബ്ബർ മരങ്ങൾ എല്ലാം അറഞ്ചം പുറഞ്ചം വെട്ടി നിരത്തി കൊടുത്തു. അങ്ങനെ അവസാനം അവർക്ക് ലൈൻ വലിച്ചു കണക്ഷൻ കൊടുത്തു. ധ്യാന കഥയൊക്കെ നമുക്ക് മനസിലാക്കാൻ അത്ര പ്രയാസമില്ലല്ലൊ അല്ലേ. പ്രണയം അറുപതാം വയസ്സിലും എത്രമേൽ തീവ്രം ആണെന്ന അതിശയം മാത്രം ബാക്കി..!

സുരക്ഷ - ചില ഉത്തരമില്ലാത്ത ചോദ്യങ്ങൾ

കാഞ്ഞിരപ്പള്ളിയിൽ ജോലി ചെയ്യുന്ന സമയമാണ്. പല സ്വഭാവങ്ങൾ ഉള്ള ആൾക്കാർ ആണല്ലോ ഒരോഫീസിൽ ഉണ്ടാവുക. ചില ആൾക്കാർക്ക് മുൻ ശുണ്ഠി കൂടുതൽ കാണും. അങ്ങനെയുള്ളവർ ഫ്രണ്ട് ഓഫീസിൽ ഇരുന്നാൽ മേലധികാരിയ്ക്ക് അന്ന് നല്ല തലവേദന ആയിരിക്കും. പരാതി പറയാൻ ഫോൺ വിളിക്കുന്ന ഉപഭോക്താക്കൾ പല സ്വഭാവക്കാരും വിവിധ മാനസികാവസ്ഥയിൽ ഉള്ളവരും ആയിരിക്കുമല്ലോ. അവരോട് അല്പം ക്ഷമയോടെ സംസാരിച്ചില്ലെങ്കിൽ വഴക്കാവും. പിന്നെ അതിന്റെ പരാതിയുമായി അവർ എ.ഇ.യെ വിളിയ്ക്കും. പിന്നെ ചോദ്യമായി പറച്ചിലായി ആകെ ജഗപൊക... സരസമായി സംസാരിക്കുന്നവർ കാര്യം നന്നായി കൈകാര്യം ചെയ്യും.

ഞാൻ പലപ്പോഴും മാറി നിന്ന് ഫ്രണ്ട് ഓഫീസിൽ ഉള്ളവർ ഫോൺ അറ്റൻഡ് ചെയ്യുന്നത് ശ്രദ്ധിക്കാറുണ്ട്. ചിലർ ആദ്യമൊക്കെ വളരെ ഭവ്യതയോടെ ഗുഡ് മോർണിംഗ് ഒക്കെ പറഞ്ഞ് സംസാരം തുടങ്ങും. പതുക്കെ പതുക്കെ മുഖ ഭാവം മാറി വരുമ്പോൾ അറിയാം അങ്ങേ തലയ്ക്കൽ ഉള്ള ആൾ എങ്ങനെ ഡീൽ ചെയ്യുന്നു എന്ന്. ചിലപ്പോൾ കടിച്ചു പിടിച്ചു കൊണ്ട് മര്യാദ വിടാതെ മറുപടി പറഞ്ഞു വെയ്ക്കും. ചിലർ ഒന്നും കേൾക്കാൻ വയ്യ കേൾക്കാൻ വയ്യ എന്നു പറഞ്ഞു കോമഡി ആക്കും. അപ്പോൾ നമുക്ക് പിടികിട്ടും അപ്പുറത്തു നിന്നും തെറി വിളി ആണെന്ന്. ചിലർ അവർ പറയുന്നതിനു കുറച്ചൊക്കെ സൗമ്യമായി മറുപടി പറഞ്ഞതിനു ശേഷം പിന്നെ ഒന്നും മിണ്ടാതിരിക്കും അപ്പോഴും മറുവശം തെറി വിളി എന്ന് ഊഹിക്കാൻ പറ്റും. മറ്റു ചിലർ തെറി വിളിച്ചാലോ ദേഷ്യത്തിൽ സംസാരിച്ചാലോ അപ്പൊൾ തന്നെ കണ്ട്രോൾ പോയി വയലന്റാവും. ചിലരുടെ മുഖത്തു നോക്കിയാലോ മറുപടി പറയുന്നതിലോ കേൾക്കുന്നതിലോ യാതൊരു ഭാവ വ്യത്യാസവും മനസ്സി

ലാവില്ല.

അങ്ങനെ ഒരാളെ മാത്രമേ കണ്ടിട്ടുള്ളൂ. കിടങ്ങറ ഓഫീസിൽ ഉണ്ടായിരുന്ന ഓവർസീയർ സജീവ്, അദ്ദേഹത്തിന് ഡ്യൂട്ടിക്ക് ഇട യിൽ ഉണ്ടായ ഒരു അപകടത്തെ തുടർന്ന് പോസ്റ്റിൽ കയറി ഉള്ള ജോലികൾ പറ്റാത്ത അവസ്ഥയിൽ ആയിരുന്നു. അതിനാൽ സ്ഥി രം ഫ്രണ്ട് ഓഫീസിൽ തന്നെ ഇരുത്തുമായിരുന്നു. അദ്ദേഹം മറുവ ശത്തു നിന്ന് തെറി വിളിച്ചാലും എല്ലാം സൗമ്യമായി പറഞ്ഞതിനു ശേഷം ഫോൺ വയ്ക്കും. ഞാൻ അതിശയിച്ചു നിന്നിട്ടുണ്ട് ഇദ്ദേ ഹം ഇത് എങ്ങനെ സാധിക്കുന്നു എന്നോർത്തിട്ട്. സജീവ് ഫോൺ അറ്റൻഡ് ചെയ്യാൻ ഇരുന്നാൽ യാതൊരു തലവേദനയും വരില്ല. നാച്ചുറൽ കലാമിറ്റി ഉള്ള സമയത്തൊക്കെ സജീവിനോട് ഫോൺ അറ്റൻഡ് ചെയ്യാൻ ബുദ്ധിമുട്ടായോ എന്ന് ഇടയ്ക്ക് ഞാൻ ചോ ദിക്കും. അപ്പോൾ ഏയ് ഒരു കുഴപ്പവും ഇല്ല മാഡം എന്ന മറുപടി ആയിരിക്കും വരുന്നത്. കൂടുതൽ പേരും ഫോൺ അറ്റൻഡ് ചെയ്യു ന്ന ജോലിയിൽ ഇട്ടാൽ വേറെ എന്തു ജോലി തന്നാലും കുഴപ്പമില്ല ഇത് വയ്യ എന്നാണ് പറയാറ്.

കാഞ്ഞിരപ്പള്ളിയിൽ ഒരു മുൻശുണ്ഠിക്കാരൻ ഉണ്ടായിരുന്നു. പുള്ളി ഫോൺ അറ്റൻഡ് ചെയ്യാൻ ഇരിക്കുന്ന ദിവസം എനിക്ക് ഒരുപാട് കാൾ വരും, ഫോൺ എടുത്ത ആൾ ദേഷ്യപ്പെട്ടു എന്ന രീതിയിൽ ഉള്ളത്. കുറേ ആയപ്പോൾ ഞാനും വലഞ്ഞു. സൺ റൈസ് മീറ്റിംഗിൽ പേര് എടുത്തു പറയാതെ ഞാൻ സൂചിപ്പിച്ചു. അപ്പോൾ ആൾ ആരാണെന്നു മാഡം പറയണം എന്ന് ആ കക്ഷി തന്നെ ബലം പിടിച്ചു. പിന്നെ ഞാൻ അദ്ദേഹത്തിന്റെ തന്നെ പേര് പറഞ്ഞപ്പോൾ നിശ്ശബ്ദനായി നിന്നു. ആൾ ഒരു നല്ല മനുഷ്യൻ ആണ് പക്ഷെ പെട്ടെന്ന് ദേഷ്യം വരും എന്ന ഒറ്റ കുഴപ്പം മാത്രം.

പിന്നെ കുറേ നാൾ പുള്ളി നന്നായി കണ്ട്രോൾ ചെയ്തു നോ ക്കി. നേരിൽ വരുന്ന ആൾക്കാർ ചിലർ ഇതിലും വലിയ പുള്ളി കൾ ആയിരിക്കും. അവർ ഇദ്ദേഹം ഒന്നും തിരിച്ചു പറയാതെ മി ണ്ടാതെ ഇരിക്കുമ്പോൾ, താൻ എന്താടോ ഒന്നും പറയാത്തത്, വാ യിൽ നാക്കില്ലേ, എന്ന് താടിക്കു താഴെ മുഖം കൊണ്ടുചെന്ന് ചോ ദിച്ചു പിരികേറ്റും. എന്നിട്ടും അദ്ദേഹം ക്ഷമയോടെ മിണ്ടാതെ നിൽ ക്കും. ഇതൊക്കെ നോക്കി മാറി നിൽക്കുന്ന നമുക്ക് ചിരി വരും.

പിന്നെ അടുത്ത റ്റേണിൽ അദ്ദേഹത്തെ ഞാൻ റെവന്യൂ വി ങ്ങിൽ ഇട്ടു. അപ്പോൾ പിന്നെ ഫോൺ അറ്റൻഡ് ചെയ്യാൻ ഇരി ക്കേണ്ട. സർവീസ് കണക്ഷനുമായി ബന്ധപ്പെട്ട എസ്റ്റിമേറ്റുകൾ

തയ്യാറാക്കുന്ന ജോലികൾ ആണ് ഇതിൽ വരുക.

നമുക്കും പ്രശ്നമില്ല. ആ ഡ്യൂട്ടി അദ്ദേഹം വളരെ ഭംഗിയായി ചെയ്യുകയും ചെയ്തു.

ഒരു ദിവസം അദ്ദേഹം എന്റെ അടുക്കൽ വന്നിട്ട് സർവീസ് കണക്ഷനുമായി ബന്ധപ്പെട്ട് ഒരു വീട്ടിൽ ഇ.എൽ.സി.ബി. ഇല്ലാതെ വയറിങ്ങ് ചെയ്ത് വച്ചിരിക്കുന്ന കാര്യം പറഞ്ഞു. പ്രായമായ ഒരു സ്ത്രീയാണ്. അവർ വന്നിട്ടുണ്ട് മാഡം ഒന്ന് സംസാരിക്കാമോ എന്ന് ചോദിച്ചു. ശരി എന്നു പറഞ്ഞ് ഞാൻ എഴുന്നേറ്റ് ആ അമ്മൂമ്മയുടെ അടുക്കലേയ്ക്ക് ചെന്നു.

അവർ ഓഫീസിലെ ഒരു മൂലയിലൊതുങ്ങി നിൽക്കുന്നുണ്ടായിരുന്നു. ഞാൻ ചെല്ലുന്നത് കണ്ട് ഒന്നുകൂടി ഒതുങ്ങി കൂടി നിന്നു. അപേക്ഷയിൽ നിന്ന് അല്ലാതെ കാഴ്ചയിൽ തന്നെ ബി.പി.എൽ. ആണെന്ന് മനസ്സിലാവും. നല്ല ഒരു ഇ.എൽ.സി.ബി. യ്ക്ക് 1500 രൂപ എങ്കിലും ആവും. എങ്കിലും ഞാൻ അടുത്ത് ചെന്ന് മടിച്ചു മടിച്ച് ഇ.എൽ.സി.ബി. വച്ചില്ലെങ്കിൽ കണക്ഷൻ തരാൻ ബുദ്ധിമുട്ടാണല്ലോ... സുരക്ഷാ കാരണങ്ങളാൽ ഇതില്ലാതെ കൊടുക്കാൻ നിയമമില്ല. തന്നെയുമല്ല എവിടെയെങ്കിലും കറന്റ് ലീക്ക് ആയാലും അമ്മൂമ്മയ്ക്ക് അപകടം ഒന്നും ഉണ്ടാവരുത്. അതുകൊണ്ടാണ് ഇത് വയ്ക്കണം എന്ന് പറയുന്നത് എന്നൊക്കെ ഞാൻ മനസ്സിലാക്കാൻ ശ്രമിക്കുമ്പോൾ അമ്മൂമ്മ ഒരു ചോദ്യം എന്നോട് ചോദിച്ചു. "സാറെ എന്റെ സുരക്ഷയ്ക്ക് എന്റെ നാല് ആണ്മക്കൾക്കില്ലാത്ത ശ്രദ്ധ എന്തിനാ നിങ്ങൾക്ക്".

ഞാൻ ഒരു നിമിഷം ഒന്നും മിണ്ടാനാവാതെ നിന്നുപോയി. ആരും നോക്കാനില്ലാതെ അവസാന കാലത്ത് ഒറ്റയ്ക്ക് ഒരു കുടിൽകെട്ടി താമസിക്കേണ്ടി വന്ന ഒരു വൃദ്ധയാണ് മുന്നിൽ നിൽക്കുന്നത് എന്ന് ഞാൻ തിരിച്ചറിഞ്ഞു. അവരുടെ കഥ കേട്ടു നിൽക്കേ പുറകിൽ നിന്ന് നമ്മുടെ ഓവർസീയർ പതുക്കെ എന്നെ വിളിച്ചു. മാറ്റി നിർത്തിയിട്ട് എന്നോടു പറഞ്ഞു നമുക്ക് ഒരു കാര്യം ചെയ്താലോ മാഡം നമുക്ക് എല്ലാവർക്കും കൂടി ഒരു ഇ.എൽ.സി.ബി. വാങ്ങി വച്ചു കൊടുത്താലോ... ആ ആശയം ആദ്യം തോന്നിയ അദ്ദേഹത്തെ മനസ്സാ നമിച്ചു കൊണ്ട്; നല്ല കാര്യം എല്ലാവരെയും ബുദ്ധിമുട്ടിക്കണ്ട നമുക്ക് മൂന്നോ നാലോ പേർക്ക് ചെയ്യാവുന്നതല്ലേയുള്ളൂ എന്ന് ഞാൻ പറഞ്ഞു. അതനുസരിച്ച് സബ് എഞ്ചിനീയറും ഞങ്ങളും ചേർന്ന് ഒരു ഇ.എൽ.സി.ബി. വാങ്ങിച്ച് ആ കണക്ഷൻ കൊടുത്തു. ആൾ മുൻശുണ്ഠിക്കാരൻ ആണെങ്കിലും കരു

ണയുള്ളവൻ കൂടിയാണ് എന്ന് പലപ്പോഴും ഇതുപോലെ അദ്ദേഹം തെളിയിച്ചിട്ടുണ്ട്. ചില മനുഷ്യർ അങ്ങനെയാണ് നമ്മുടെ മുൻവിധികൾ പോലെ ആയിരിക്കില്ല അവരുടെ മനസ്സ്.

വരുമാറു വിധം വികാരവും
വരുമാറില്ലറിവിന്നിതിന്നു നേർ,
ഉരുവാമുടൽ വിട്ടു കീർത്തിയാ-
മുരുവാർന്നിങ്ങനുകമ്പ നിന്നിടും..
(അനുകമ്പാ ദശകം:- ശ്രീ നാരായണ ഗുരു).

ഇതൊക്കെ ആണെങ്കിലും ആ അമ്മൂമ്മയുടെ ചോദ്യം എന്തുകൊണ്ടോ ഇടക്കിടെ എനിക്ക് ഓർമ്മ വരും.. "സാറെ എന്റെ സുരക്ഷയ്ക്ക് എന്റെ നാല് ആണ്മക്കൾക്കില്ലാത്ത ശ്രദ്ധ എന്തിനാ നിങ്ങൾക്ക്."

സത്യമുള്ള ആറാണ് സാർ മൂന്നാം പക്കം പൊങ്ങും

മങ്കൊമ്പ് സെക്ഷനിൽ ഡി.ബി. സബ് എഞ്ചിനീയർ ആയി ജോലി ചെയ്യുന്ന സമയം. ജോയിൻ ചെയ്തു 2 മാസം തികയും മുന്നേ പുളിങ്കുന്ന് സെന്റർ കൂടി നോക്കാൻ തന്നു. കുറച്ചുകൂടി കഴിഞ്ഞപ്പോൾ എ.ഇ.യുടെ ചാർജും കൂടി ഏല്പിച്ചു. എസ്റ്റിമേറ്റും മറ്റും എടുക്കാൻ പുളിങ്കുന്ന് സെന്ററിൽ പോകുമ്പോൾ കൂട്ടിനു സെക്ഷനിലെ പ്രായം കൂടിയതും പുളിങ്കുന്ന് സ്വദേശിയും ആയ ശ്രീ. ദേവസ്യാച്ചനെ, സ്ഥല പരിചയം തീരെ ഇല്ലാത്ത എന്റെ കൂടെ, എ.ഇ .ഇ. ശ്രീ. രാധാകൃഷ്ണൻ സാർ വിടുമായിരുന്നു. പ്രായാധിക്യവും ആരോഗ്യ പ്രശ്നങ്ങളും ഉള്ളതിനാൽ ഇലക്ട്രിസിറ്റി വർക്കർ ആയ ദേവസ്യാച്ചനെ വേറെ ജോലിയിൽ നിയോഗിക്കാനും പ്രയാസം ആയിരുന്നു. എന്നെ ദേവസ്യാച്ചനെ ഏല്പിച്ചു വിടുന്നു എന്നതാണ് ശരി. വീടുകൾ എല്ലാം ദേവസ്യാച്ചനു പരിചയം ഉള്ളതിനാൽ കൂടുതൽ തപ്പി മെനക്കെടേണ്ടി വരില്ല.

പുളിങ്കുന്ന് സെന്ററിലെയ്ക്ക് പോകാൻ മങ്കൊമ്പിൽ നിന്നു തന്നെ ഒരു കടത്ത് കടക്കാനുണ്ട്. കൂടെ ദേവസ്യാച്ചനുണ്ട് എന്ന ധൈര്യത്തിൽ വെള്ളത്തിൽ യാതൊരു മുൻപരിചയവും ഇല്ലാത്ത ഞാൻ വള്ളത്തിൽ കയറി കടത്ത് കടന്ന് പോയി എസ്റ്റിമേറ്റ് എടുത്തു വന്നു. പേടിച്ചു വിരണ്ടാണു വള്ളത്തിൽ ഇരിക്കുന്നത്. ഇടയ്ക്കിടയ്ക്ക് ദേവസ്യാച്ചൻ ഒന്നു കൊണ്ടും പേടിക്കണ്ട സാറേ വള്ളം മുങ്ങുകയൊന്നുമില്ല. ധൈര്യമായിരുന്നോ എന്നൊക്കെ പറഞ്ഞു സമാധാനിപ്പിക്കും. ഒരുവിധത്തിൽ ശ്വാസം പിടിച്ചുകൊണ്ടു അക്കരെ എത്തുമ്പോൾ ചാടി ഇറങ്ങാൻ നോക്കും. അപ്പോൾ വള്ളക്കാരൻ ചേട്ടൻ ചാടല്ലേ, വള്ളം അടുപ്പിച്ചിട്ടു ഞാൻ പറഞ്ഞിട്ടേ ഇറങ്ങാവൂ, അല്ലേൽ വള്ളം അകന്നു വെള്ളത്തിൽ നിങ്ങളൊക്കെ വീഴും, എന്നു മുന്നറിയിപ്പ് തരും. അങ്ങനെ കുറേ പ്രാവശ്യം ഞങ്ങൾ ആ കടത്ത് കയറി പോയി വന്നു.

ഒരു ദിവസം രാവിലെ ഞാൻ ഓഫീസിലേയ്ക്ക് വരുമ്പോൾ കടത്തുകടവിൽ വലിയ ആൾക്കൂട്ടം. ഞാൻ ഓടിച്ചെന്നു നോക്കുമ്പോൾ ആറിന്റെ നടുക്ക് വച്ച് ഞങ്ങൾ സ്ഥിരമായി പോയി കൊണ്ടിരുന്ന വള്ളം മുങ്ങിയിട്ട് ആൾക്കാരെ പെറുക്കി കരയ്ക്കു കയറ്റുന്നു. എന്റെ നല്ല ജീവൻ പോയി. ഓഫീസിൽ ചെന്ന് ദേവസ്യാച്ചാ ഇന്ന് നമ്മൾ എസ്റ്റിമേറ്റ് എടുക്കാൻ പോയിരുന്നെങ്കിൽ നാളത്തെ ന്യൂസ് പേപ്പറിൽ നിര്യാതരായി കോളത്തിൽ എന്റെ പടം വന്നേനേ എന്നു പകുതി തമാശയിൽ ഞാൻ പറഞ്ഞു. അതു കേട്ടപ്പോൾ ദേവസ്യാച്ചൻ അതൊരു "മറിയൻ വള്ളം" ആണ് സാറെ അതാ അങ്ങനെ പറ്റിയത് എന്ന് കൂൾ ആയി പറഞ്ഞു. ഞങ്ങൾ എന്നും പോകുന്ന അതേ വള്ളം തന്നെയായിരുന്നു അത്. അദ്ദേഹത്തിനു കാഴ്ചയ്ക്കൊക്കെ പ്രശ്നം ഉള്ളതാണ്. എന്തുപറയാൻ... !

അക്കാലത്ത് നാട്ടുകാരുടെ ഇടയിലും അടുത്തുള്ള മറ്റ് കെ.എസ്.ഇ.ബി. ഓഫീസിലെ ജീവനക്കാരായ സുഹൃത്തുക്കളുടെ ഇടയിലും ഞാൻ ഒരു കുട്ടനാട്ടുകാരിയാണ് എന്ന തെറ്റിദ്ധാരണ ഉണ്ടായിരുന്നു. സർവീസിന്റെ ഭൂരിഭാഗവും പുഞ്ച സെക്ഷനുകളിൽ ജോലി ചെയ്തു വന്നതിന്റെ ആവാം ഇങ്ങനെ ഒരു തോന്നൽ ആൾക്കാർക്ക് ഉണ്ടായത്.

പിന്നെയും കുറച്ചു നാൾ കഴിഞ്ഞു ഒരു ദിവസം പുളിങ്കുന്ന് സെന്ററിലെ തിയേറ്റർ ട്രാൻസ്ഫോർമെറിന്റെ റീ കണ്ടക്റ്ററിങ്ങ് ജോലി കഴിഞ്ഞു ഇറങ്ങിയപ്പോൾ ഏഴു മണി ആയി. നേരം ഇരുട്ടി തുടങ്ങിയതിനാൽ ചെറിയ ടെൻഷൻ ഉണ്ട്. ഓടി അവിടുത്തെ കടത്ത് കടവിൽ ചെല്ലുമ്പോൾ വള്ളം വിട്ടു പോകാൻ തുടങ്ങുന്നു. മങ്കൊമ്പ് കടത്ത് പോലെ അല്ല പ്രധാനപ്പെട്ട സ്ഥലം ആയതിനാൽ ഇവിടെ കടത്ത് കയറാൻ കുറേ ആൾക്കാർ ഉണ്ടാവും. ജങ്കാർ സർവീസും ഉണ്ട്. അതിനു സമാന്തരമായാണ് വള്ളം വഴിയുള്ള കടത്ത് സർവീസ്. പുളിങ്കുന്നിലെ രാജീവ് ഗാന്ധി ജലോൽസവം (കുട്ടനാടിന്റെ ഹൃദയത്തുടിപ്പായ വള്ളംകളി) നടക്കുന്ന മണിമലയാറിനു കുറുകെയുള്ള കടത്താണ് ഇവിടെ ഉള്ളത്. നല്ല വീതിയും ആഴവുമുള്ള ഭാഗം. ഓടിചെന്നപ്പോൾ വള്ളത്തിലുള്ള ആൾക്കാരുടെ ബാഹുല്യം കണ്ട ഞാൻ പതുക്കെ പുറകോട്ട് വലിഞ്ഞു. മങ്കൊമ്പ് കടത്തിൽ വള്ളത്തിന്റെ നടുപ്പടിയിൽ ഇരുന്നിട്ട് പോലും പേടിക്കുന്ന ഞാൻ വള്ളത്തിന്റെ സൈഡിൽ പോലും ആളുകൾ തിങ്ങിയിരിക്കുന്നത് കണ്ടു വിരണ്ടുപോയി. എന്നെ കണ്ട വള്ളക്കാരനും നാട്ടുകാരും ഒരുപോലെ വിളിച്ചു പറഞ്ഞു, ഓടി വന്നു കയ

റൂ സാറെ വള്ളം വിടാൻ പോകുവാ... ഇതിൽ കയറാൻ സ്ഥലമില്ലല്ലോ, ഞാൻ അടുത്ത ട്രിപ്പിനു വരാം എന്ന് പറഞ്ഞു. കേൾക്കാത്ത താമസം കോറസ് ആയി, ഇതിൽ പന്തു കളിക്കാൻ സ്ഥലമുണ്ട് ഓടി വാ... ഞാൻ പിന്നെയും ശങ്കിച്ചു. അപ്പോൾ അവർ വള്ളത്തിന്റെ അരികിൽ ഇത്തിരി സ്ഥലം ഉണ്ടാക്കി എന്നെ ക്ഷണിച്ചു. നേരം ഇരുട്ടുന്നത് കൊണ്ടും ഇനിയും താമസിക്കുമല്ലോ എന്ന വിഷമം കൊണ്ടും ഞാൻ ഒരുവിധത്തിൽ അതിൽ കയറിപ്പറ്റി. പേടി കൊണ്ട് തല നിവർത്താതെ ആണ് വള്ളത്തിൽ ഞാൻ ഇരിക്കുന്നത്. ഒരു ധൈര്യത്തിനു അടുത്തിരിക്കുന്നവരെ പിടിച്ചിട്ടുമുണ്ട്. ഏകദേശം നടുക്ക് എത്തിയപ്പോൾ വള്ളക്കാരൻ ചേട്ടൻ ചോദിച്ചു കുട്ടനാട്ടുകാരി ആയിട്ടെന്തിനാ സാർ ഇത്ര പേടിക്കുന്നത്. തല ഉയർത്താതെ തന്നെ പറഞ്ഞു ഞാൻ കുട്ടനാട്ടുകാരിയല്ല ചേർത്തലക്കാരിയാണ്. അതു കേട്ടതും ചേട്ടന്റെ മാസ്സ് ഡയലോഗ്... " ഒന്നു കൊണ്ടും പേടിക്കേണ്ട സാറെ, ഇത് സത്യമുള്ള ആറാണ് കൃത്യം മൂന്നാം പക്കം പൊങ്ങും.. "

ഞാൻ എങ്ങനെ കരയ്ക്കെത്തി എന്നു പ്രത്യേകം പറയേണ്ടല്ലോ അല്ലേ..!

ജനാലയ്ക്കരികിലെ നിറപുഞ്ചിരി

ടി.എം.ആർ. ഡിവിഷനിൽ മീറ്റർ ലാബിൽ ജോലിയിൽ മുഴുകി ഇരിക്കുമ്പോൾ ഒരുദിവസം വളരെ അടുത്ത സുഹൃത്തും ആലപ്പുഴ പി.എം.യു. എക്സിക്യൂട്ടീവ് എഞ്ചിനീയറുമായ (ഇപ്പോൾ ആലപ്പുഴ ഡിവിഷൻ ഇ.ഇ.) ശ്രീ. സുനിൽകുമാർ സാറിന്റെ ഫോൺ കാൾ വന്നു. വളരെ പ്രഗത്ഭനും സരസനും തലക്കനം തീരെ ഇല്ലാത്ത ആളുമായ സാറിന്റെ കീഴിൽ ജോലി ചെയ്യാൻ നിർഭാഗ്യവശാൽ എനിക്ക് അവസരം കിട്ടിയിട്ടില്ല കേട്ടോ. ഫോൺ എടുത്ത പാടെ സാറിന്റെ ചോദ്യം, എടേയ് ഇയാൾ തിരക്കിലാണോ..? ഏയ് ഇല്ല സർ, പറഞ്ഞോളൂ എന്ന് ഞാൻ. ഓ.. അല്ലെങ്കിലും ടി.എം. ആർ.ഇൽ ഒരു പണിയും ഇല്ലാതെ ചൊറിയും കുത്തി ഇരിക്കുന്ന നിന്നോട് അങ്ങനെ ചോദിച്ചതേ എന്റെ തെറ്റ്. സെക്ഷൻ ഓഫീസിൽ മര്യാദയ്ക്ക് പണി ചെയ്തു നടന്ന കൊച്ചാ... എന്തു പറയാൻ...

അതൊക്കെ ഇരിക്കട്ടെ സാർ ഇപ്പോൾ വിളിച്ചതിന്റെ ഉദ്ദേശം എന്താ, മീറ്ററിങ്ങിന്റെ ക്ലാസ്സ് എടുപ്പിക്കാൻ വല്ലതും ആണോ, എനിക്ക് സംശയം അടക്കിനിർത്താൻ പറ്റാത്തത് കൊണ്ട് ചോദിച്ചു. ഏയ് അതല്ലെടോ... എനിക്ക് ഒരു പണി കിട്ടി. ഈയിടെ ചങ്ങനാശ്ശേരി സെക്ഷനിൽ ഒരു ഇലക്ട്രിക്കൽ ആക്സിഡന്റ് നടന്നില്ലേ അത് അന്വേഷിച്ച് റിപ്പോർട്ട് കൊടുക്കാൻ നമ്മുടെ ചീഫ് സേഫ്റ്റി കമ്മിഷണർ സുകു സാർ എന്നെ ചുമതലപ്പെടുത്തി. അതെനിക്കിഷ്ടപ്പെട്ടു. ഇനി സുകു സാറിനെ കാണുമ്പോൾ ഒരു ഷേക്ക് ഹാൻഡ് കൊടുക്കണം ഞാൻ ചിരിച്ചു. അപ്പോൾ നീ കൂടുതൽ ചിരിക്കേണ്ട. മുഴുവൻ കേട്ടിട്ട് ചിരിക്കാം. എനിക്ക് അപകടം മണത്തത് കൊണ്ട്, എന്നാൽ മുഴുവൻ പറയൂ എന്നായി ഞാൻ. നിനക്ക് എങ്ങനെ ഒരു പണി തരാം എന്നാലോചിച്ചപ്പോൾ കിട്ടിയ ഐഡിയ ആണ് ഇത്. അല്ലെങ്കിലും ഫോൺ വരുന്നത് കാണുമ്പോഴേ എനിക്കറിയാം ഏതോ പാരയുമായി വിളിക്കുന്നതാണെന്ന്.. അല്ലാതെ ഇന്നേവരെ നിനക്ക് സുഖമാണോ കൊച്ചേ എന്ന്

ചോദിക്കാൻ വിളിച്ചിട്ടില്ലല്ലോ. അതേ, എനിക്ക് നിന്റെ ഒരു ഹെല്പ് വേണം. ആക്സിഡന്റ് നടന്ന സ്ഥലത്ത് പോയി കുറച്ചു മീറ്ററുകളുടെ ഡാറ്റാ ഡൌൺ ലോഡ് ചെയ്തു തരണം. ആക്സിഡന്റ് നടന്ന സമയത്ത് സപ്ലൈ ഉണ്ടായിരുന്നോ, എപ്പോൾ ആണ് സപ്ലൈ ഓഫ് ആയത്, എന്ന വിവരങ്ങൾക്ക് വേണ്ടിയാണ് ഇത് എന്നെനിക്ക് മനസ്സിലായി. ഞാൻ നാളെ വണ്ടി വിടാം. നീ ആ ലാപ്ടോപ്പും കിടുതാപ്പുകളുമായി വന്നാൽ മതി. ഇതൊരു കീഴ്വഴക്കം ആകാനുള്ള സാധ്യതയുണ്ടല്ലോ ഞാൻ അല്പം ശങ്കിച്ചു. അത്രയൊക്കെയല്ലേ എനിക്ക് ചെയ്യാൻ പറ്റൂ, സാർ ചിരിച്ചു. സുകു സാറിനുള്ള ഷേക്ക് ഹാൻഡ് പിൻവലിച്ചു, എന്നു ഞാനും മനസ്സിൽ പറഞ്ഞു.

അങ്ങനെ പിറ്റേന്ന് പറഞ്ഞ പ്രകാരം ഞാൻ ആക്സിഡന്റ് സ്പോട്ടിൽ ചെന്നു. സാറും വേറെ രണ്ടു എ.ഇ.ഇ.മാരും ആലപ്പുഴയിൽ നിന്ന് വന്നിട്ടുണ്ട്. റെയിൽവേ സ്റ്റേഷൻ - പാലാത്ര ബൈപാസ്സ് തുടങ്ങുമ്പോൾ തന്നെ ഇടത്തേയ്ക്കുള്ള പോക്കറ്റ് റോഡിന്റെ സൈഡിലെ ഓരോ വീടുകളിലും പോയി ഞങ്ങൾ മീറ്റർ ഡാറ്റാ ഡൌൺ ലോഡ് ചെയ്തു. അങ്ങനെ അവസാനമായി ഒരു വളവിൽ ഉള്ള വീട്ടിൽ ചെന്നപ്പോൾ ജനാലയ്ക്ക് അരികിൽ കട്ടിലിൽ കാലും നീട്ടി ഇരിക്കുന്ന ഒരമ്മൂമ്മ എന്നെ സൂക്ഷിച്ചു നോക്കുന്നു. ഞാൻ ചിരിച്ചപ്പോൾ ഒരു വാൽസല്യ നിറചിരി എനിക്ക് സമ്മാനിച്ചു.

പിന്നെ ഞങ്ങൾ അവിടെ ഉണ്ടായിരുന്ന സ്ത്രീയോട് മീറ്ററിന്റെ സീൽ പൊട്ടിക്കേണ്ടതിനാൽ കാര്യങ്ങൾ വിശദീകരിച്ചു. സുനിൽ സാറും മറ്റുള്ളവരും കൂടെയുണ്ട്. ഒരു മുറിയ്ക്കകത്ത് ആണ് മീറ്റർ ഇരിക്കുന്നത്. മുറിക്കുള്ളിൽ കടന്ന് മീറ്റർ ഡാറ്റാ ഡൌൺലോഡ് ചെയ്യുമ്പോൾ അമ്മൂമ്മ "ആ മോൾ ആരാ..? " എന്നു തെരുതെരെ ചോദിക്കുന്നുണ്ട്. ശബ്ദം കേട്ടിട്ട് ഒരു വോക്കറിന്റെ സഹായത്തോടെ ഒരു അപ്പൂപ്പൻ അകത്തെ മുറിയിൽ നിന്നിറങ്ങി വന്ന് ഒരു സോഫയിൽ ഇരുന്നു. ഇടക്കിടയ്ക്ക് അദ്ദേഹം ചുമയ്ക്കുന്നുമുണ്ട്. പിന്നെയും അമ്മൂമ്മ വല്ലാതെ വേവലാതി പൂണ്ട് വിളിച്ചു ചോദിച്ചു കൊണ്ടേയിരുന്നു. അപ്പോൾ ആ സ്ത്രീ ഇലക്ട്രിസിറ്റിക്കാരാണ്. മീറ്റർ നോക്കാൻ വന്നതാണ്. എന്ന് രണ്ടു തവണ പറഞ്ഞു. എനിക്ക് ഏകദേശം അവിടുത്തെ കാര്യങ്ങൾ മനസ്സിലായി. അമ്മൂമ്മയെയും അപ്പൂപ്പനെയും നോക്കാനായി നിൽക്കുന്ന സ്ത്രീയാണ് അവർ. വേറെ ആരും തന്നെ ആ വീട്ടിൽ ഇല്ല. നല്ല വൃത്തിയായും ഭംഗിയായും അവർ ആ വൃദ്ധദമ്പതികളെ നോക്കുന്നുണ്ട്. മക്കൾ

വിദേശത്ത് എവിടെയെങ്കിലും ജോലിയും പ്രാരാബ്ധവും ആയി കഴിയുകയാവും. എങ്കിലും ആ അമ്മൂമ്മ പ്രസന്നവതിയായിരുന്നു. ആരുടെയും കുറ്റമല്ല തനിച്ചായി പോയ ഈ വയോധികർ എന്നു തോന്നി.

കാര്യം കഴിഞ്ഞു ഞങ്ങൾ ഇറങ്ങാൻ തുടങ്ങി. കൂടെവന്നവർ ഇറങ്ങിയെങ്കിലും ഞാൻ അമ്മൂമ്മയുടെ ജനാലയ്ക്കരികിലേയ്ക്ക് തന്നെ പോയി. ജനൽക്കമ്പികൾക്കിടയിലൂടെ കൈ നീട്ടി അമ്മൂമ്മ എന്റെ കൈയിൽ പിടിച്ച് തെരുതെരെ ഉമ്മ വച്ചു. പിന്നെ കൈയിൽ മുറുകെ പിടിച്ചു കൊണ്ട് എന്റെ മുഖത്തേയ്ക്ക് സൂക്ഷിച്ച് നോക്കി ഒരേ ഇരുപ്പ്. ജനാലയ്ക്കരികിൽ ക്രിസ്തീയ പ്രാർത്ഥനാ പുസ്തകം ഇരിക്കുന്നു. ഞാൻ പൊയ്ക്കോട്ടേ എന്ന് സ്നേഹപൂർവ്വം ചോദിച്ചിട്ട് ഒരക്ഷരം പോലും മിണ്ടാതെ വീണ്ടും കൈയിൽ ഉമ്മ വച്ചു. വീണ്ടും അതേ നോട്ടം. എനിക്ക് വിഷമം തോന്നി പാവം... ഒരു പരിചയവുമില്ലാത്ത ആ വീടിനകത്ത് കയറാൻ മടി തോന്നിയത് കൊണ്ട് മാത്രം അമ്മൂമ്മയെ ഒന്ന് ചേർത്തു പിടിക്കാൻ ഉണ്ടായ തോന്നൽ വേണ്ടെന്നു വച്ചു. എല്ലാവരും പോയി ഞാൻ പൊയ്ക്കോട്ടേ, എന്നു വീണ്ടും പറഞ്ഞപ്പോൾ ഞാൻ മോൾക്ക് വേണ്ടി പ്രാർത്ഥിക്കാം കേട്ടോ എന്ന് വാൽസല്യം നിറച്ച് അമ്മൂമ്മ പറഞ്ഞപ്പോൾ എന്തു കൊണ്ടോ വല്ലാത്ത വിഷമം തോന്നി. ഞാനും ആ കൈ പിടിച്ച് ഉമ്മ കൊടുത്തിട്ട് തിരിച്ചു പോന്നു. മനസ്സിൽ ഒരു ഭാരം.

തിരിച്ചു വന്നപ്പോൾ ഇയാൾ ഇത്ര നേരവും എവിടെ ആയിരുന്നു എന്ന് സാറിന്റെ ചോദ്യം. ആ അമ്മൂമ്മ എന്റെ കൈയിൽ പിടിച്ച് ഉമ്മ വച്ചിട്ട് പോരാൻ സമ്മതിക്കാതെ മുറുകെ പിടിച്ചു എന്നു പറഞ്ഞപ്പോൾ ഇയാളെ മാത്രം എന്താ ഈ അമ്മൂമ്മയും അപ്പൂപ്പനും ഒക്കെ പിടിച്ചു വയ്ക്കുന്നത് എന്ന് സാർ തമാശ പറഞ്ഞു. അവർക്ക് എന്റെ പ്രായത്തിൽ ഒരു പേരക്കുട്ടി ഉണ്ടാവും, എന്നെ കണ്ടപ്പോൾ ഓർമ്മ വന്നും കാണും. അതാവും സാർ.. എന്ന മറുപടി കേട്ട് സാറും ഒന്നും പറഞ്ഞില്ല. ഇടക്കിടയ്ക്ക് ആ അമ്മൂമ്മയുടെ മുഖം ഓർമ്മയിൽ വരാറുണ്ട്. ഈ കോവിഡ് കാലം എങ്ങനെ കടന്നു കാണും എന്ന് ആശങ്ക തോന്നാറുമുണ്ട്. എപ്പോഴും സന്തോഷമായിരിക്കട്ടെ എന്ന് പ്രാർത്ഥനയോടെ..!

കഥ എന്ന കെ.എ. സെബാസ്റ്റ്യൻ

മങ്കൊമ്പ് സെക്ഷനിൽ ജോലി ചെയ്യുന്ന കാലം. ഒരു ദിവസം ഉച്ചയോടടുത്തപ്പോൾ ഒരാൾ ബില്ലിംഗ് സെക്ഷനിൽ വന്നു എനിക്ക് കറന്റ് ചാർജ് കൂടുതലാണ് എന്നു ബഹളം വയ്ക്കുന്നു. ബന്ധപ്പെട്ട ഉദ്യോഗസ്ഥൻ ബില്ല് വാങ്ങി പരിശോധിച്ചു. രജിസ്റ്റർ നോക്കി ബിൽ തുക ചെക്ക് ചെയ്തു. ബില്ലിൽ വ്യത്യാസം കാണുന്നില്ല. തുക ശരിയാണ്. അതു പറഞ്ഞിട്ട് അദ്ദേഹം സമ്മതിക്കുന്നില്ല. എനിക്ക് ഇത്രയും യൂണിറ്റിന്റെ ഉപയോഗം ഇല്ല. റീഡിങ് എടുത്ത സാറിന് തെറ്റിപ്പോയതാവും. എനിക്ക് എല്ലാ മാസവും 300 രൂപയിൽ താഴെ മാത്രമേ ബില്ല് വരാറുള്ളൂ എന്നൊക്കെ പറഞ്ഞുതുടങ്ങി.

അതു കേട്ടപ്പോൾ ബിൽ സെക്ഷനിൽ ഇരുന്ന ആൾക്ക് ഒരു സംശയം. അദ്ദേഹം ഒന്നുകൂടി റെജിസ്റ്റർ നോക്കി. ആ കൺസ്യൂമർ നമ്പറിൽ എല്ലാ തവണയും താരതമ്യേന കൂടുതൽ തുകയാണ് കാണുന്നത്. അപ്പോൾ അദ്ദേഹം ചേട്ടന്റെ പേരെന്താണ് എന്നു വന്ന ആളിനോട് ചോദിച്ചു. എന്റെ പേര് സൈറസ് എന്നാണ്. അയ്യോ ഈ നമ്പറിൽ വേറെ പേരാണല്ലോ. ചേട്ടൻ കൊണ്ടുവന്ന ബിൽ വേറെ ആരുടെയോ ആണ് ബില്ലിങ്ങിലെ ആൾ തിരിച്ചുപറഞ്ഞു. ഏയ് എനിക്ക് ബിൽ മാറിയിട്ടില്ല എല്ലാ തവണയും എന്റെ പേര് എഴുതിയാണ് റീഡിങ് എടുക്കാൻ വരുന്ന സർ ബിൽ തരുന്നത്. വേണമെങ്കിൽ ഈ ബില്ലിൽ നോക്കിക്കോ ഇതിൽ സൈറസ് എന്നെഴുതിയിട്ടുണ്ട് അദ്ദേഹം തർക്കിച്ചു.

ബഹളം കേട്ട് ഓടിവന്നു നിൽക്കുന്ന ഞങ്ങളിലും ആകാംക്ഷ. ബില്ലിൽ എഴുതിയിരിക്കുന്നത് എന്താണെന്ന് നോക്കിയ സീനിയർ അസിസ്റ്റന്റ് പൊട്ടിച്ചിരിച്ചു. ചേട്ടാ ഇത് സൈറസ് എന്നല്ല റീഡിങ് എടുക്കാൻ വന്ന ആൾ അദ്ദേഹത്തിന്റെ പേര് മലയാളത്തിൽ എഴുതിയിരിക്കുന്നതാണ്. സെബാസ്റ്റ്യൻ എന്നാണ് ഈ എഴുതിയിരിക്കുന്നത്.

സംഭവം, ഈ പരാതിക്കാരൻ ഒരു കട നടത്തുന്ന ആളാണ്.

കുറച്ച് കടമുറികൾ ലൈൻ ആയി പണിതുകഴിഞ്ഞാൽ മിക്കവാറും എല്ലാ കടകളുടെയും മീറ്റർ ഒരു പ്രത്യേക സ്ഥലത്ത് ഒരുമിച്ചാണ് വയ്ക്കുക. ഓരോരുത്തരുടെയും കൺസ്യൂമർ നമ്പർ അതാത് മീറ്റർ ബോർഡിൽ എഴുതിയിട്ടുണ്ടാവും. റീഡിങ് എടുക്കുന്ന ആൾ ഓരോരുത്തരുടെയും മീറ്ററിന്റെ പുറകിൽ ബിൽ ചേർത്തുവച്ചിട്ടു പോരും. ഓരോരുത്തരും കൃത്യമായി ബിൽ എടുത്തു തുക അടയ്ക്കുകയും ചെയ്യും.

ഇത്തവണ റീഡിങ്ങ് എടുത്ത ആളിന് മാറിയതോ... അതോ വല്ല കാറ്റിലും പറന്നു പോയിട്ട് എടുത്തു വച്ചപ്പോൾ മാറിപ്പോയതോ ചേട്ടൻ കൊണ്ടുവന്നത് അടുത്ത മുറിയിലെ കട നടത്തുന്ന ആളിന്റെ ബിൽ ആണ്. സെബാസ്റ്റ്യൻ പേരെഴുതുന്നത് കണ്ടു സൈറസ് എന്ന തന്റെ പേര് എന്നും എഴുതിയാണ് ബിൽ തരുന്നത് എന്നു നമ്മുടെ ചേട്ടൻ തെറ്റിദ്ധരിച്ചുപോയി. അതുകൊണ്ട് തന്നെ കൺസ്യൂമർ നമ്പരോ, ബില്ലിലെ പേരോ ഒന്നും ചേട്ടൻ ശ്രദ്ധിച്ചില്ല. ഏതായാലും ചേട്ടനെ സ്വന്തം ബിൽ തുക തന്നെ അടപ്പിച്ചു പ്രശ്നം പരിഹരിച്ചു. പിന്നെ ആ ചേട്ടനെ കുറ്റം പറയാൻ പറ്റില്ല കേട്ടോ ബിൽ നോക്കിയ ഞങ്ങൾക്കും അതു സൈറസ് പോലെ തോന്നി.

ഈ റീഡിങ് എടുക്കുന്ന ആൾ നമ്മുടെ കഥാകൃത്ത് ശ്രീ. കെ. എ. സെബാസ്റ്റ്യൻ ആണ്. അദ്ദേഹം കർക്കിടകത്തിലെ കാക്കകൾ, വയലറ്റ് നിറമുള്ള പകൽ തുടങ്ങിയ കഥകൾ എഴുതി പ്രശസ്തനായിരിക്കുന്ന സമയം. പുള്ളി വളരെ സരസൻ ആയതിനാൽ വൈകിട്ട് റീഡിങ്ങ് കഴിഞ്ഞു വന്നപ്പോൾ ഇക്കാര്യം പറഞ്ഞ് ഞങ്ങൾ കളിയാക്കി. ഈശ്വരാ ഈ "കഥ" (ഞങ്ങൾ കഥ എന്നാണ് സെബാസ്റ്റ്യനെ വിളിച്ചിരുന്നത്) എഴുതുന്നത് തന്നെയാണോ അച്ചടിച്ചുവരുന്നത് എന്നാണ് എന്റെ സംശയം. ഞാനീ നാട്ടുകാരനേയല്ല എന്നുപറഞ്ഞിട്ട് സെബാസ്റ്റ്യൻ ഓടിക്കളഞ്ഞു.

പിന്നീട് കുറച്ച് നാളുകൾക്ക് ശേഷം ഉച്ചയ്ക്ക് ഫീൽഡിൽനിന്നു വന്ന ഒരു ലൈൻമാൻ ഓഫീസിൽ വന്നു പറഞ്ഞു നമ്മുടെ "കഥ ഒരു ലുങ്കി ഒക്കെ ഉടുത്ത് പുളിങ്കുന്നിൽ ഒരു കലുങ്കിന്റെ മുകളിൽ കിടന്നുറങ്ങുന്നു" എന്ന്. അർത്തുങ്കൽകാരൻ ആയ സെബാസ്റ്റ്യൻ അവിടെ കിടക്കേണ്ട കാര്യം എന്തായിരിക്കും, അതും ലുങ്കി ഉടുത്ത്... ഞങ്ങൾ തല പുകഞ്ഞ് ആലോചിച്ചു. ഒടുവിൽ കഥയ്ക്ക് വല്ല കഥാപാത്രങ്ങളും തലയ്ക്ക് പിടിച്ചതാവും എന്ന നിഗമനത്തിൽ എത്തി.

കുറച്ച് കഴിഞ്ഞ് കറന്റ് ചാർജ് അടയ്ക്കാൻ വന്ന ഒരാൾ ആണ്

പറഞ്ഞത് റീഡിങ്ങ് എടുക്കാൻ വന്ന സാർ വെള്ളത്തിൽ പോയി എന്ന്. വിശദമായി ചോദിച്ചപ്പോൾ ആണ് കാര്യം പിടികിട്ടിയത്.

നമ്മുടെ കഥ റീഡിങ്ങ് എടുക്കാൻ ചെന്ന വീട് ഒരു തുരുത്തിൽ ആയിരുന്നു. കുട്ടനാട്ടിൽ പാടത്തിന്റെ നടുക്ക് ഒന്നോ രണ്ടോ വീടുകൾ മാത്രമുള്ള തുരുത്തുകൾ സാധാരണമാണ്. ആണ്ടിൽ ഭൂരിഭാഗം സമയവും വെള്ളം കയറി കിടക്കുന്ന പാടങ്ങളുടെ നടുക്കുള്ള ഈ തുരുത്തിൽ എത്തിപ്പറ്റാൻ കുറച്ച് ബുദ്ധിമുട്ടാണ്. വള്ളം കൂടിയേ തീരൂ. ആ വീട്ടിലെ ചേച്ചി വള്ളത്തിൽ കയറാൻ പേടി ആണെങ്കിൽ റീഡിങ്ങ് ഞാൻ നോക്കി പറഞ്ഞു തന്നാൽ മതിയോ എന്ന് കഥയോട് വിളിച്ചു ചോദിച്ചു. ചെത്തിക്കടപ്പുറത്ത് പിച്ചവച്ചു നടന്ന എന്നോട് വള്ളത്തിൽ കയറാൻ പേടിയുണ്ടോ എന്ന് ചോദിക്കുന്നത് തന്നെ തെറ്റ് എന്ന് മനസ്സിൽ പറഞ്ഞു കൊണ്ട്; വേണ്ട വള്ളം ഇങ്ങോട്ടു കൊണ്ടു വന്നോളൂ എനിക്ക് പ്രശ്നമില്ല. ചേച്ചി വള്ളവുമായി വന്നു. കഥയുടെ കടപ്പുറത്തെ വലിയ വള്ളമല്ലല്ലോ കുട്ടനാട്ടിലെ ചെറുവള്ളം. കയറി പാതിവഴി എത്തും മുന്നേ വള്ളം മറിഞ്ഞു രണ്ടുപേരും വെള്ളത്തിൽ മുങ്ങി. പിന്നെ നനഞ്ഞ ഡ്രസ്സ് ഉണങ്ങും വരെ ചേച്ചി കൊടുത്ത ലുങ്കി ഉടുത്ത് അടുത്ത കലുങ്കിൽ കിടന്നുറങ്ങുകയേ തൽക്കാലം ചെയ്യാനുണ്ടായിരുന്നുള്ളൂ.

വൈകുന്നേരം കഥ ഒന്നും സംഭവിക്കാത്തതു പോലെ ഓഫീസിൽ വന്നു, ബുക്ക് നോക്കി അടുത്ത റീഡിങ്ങ് പാഡിൽ എഴുതുന്നു കാര്യങ്ങൾ നടത്തുന്നു. നമുക്ക് അങ്ങനെ വിടാൻ പറ്റുമോ. ഞാൻ നീട്ടി വിളിച്ചു "കഥേ നിങ്ങൾ ഒരു സ്ത്രീയുമായി മുങ്ങി എന്നു കേട്ടല്ലോ..." ഓഫീസിൽ കൂട്ടച്ചിരി. പെട്ടെന്ന് പരിഭ്രമത്തിൽ നെഞ്ചിൽ കൈവച്ചു കൊണ്ട് ഓടി എന്റെ അടുക്കൽ വന്നിട്ട് "എന്റെ പൊന്നു കൊച്ചേ ഞാൻ ഒന്ന് ജീവിച്ചു പൊയ്ക്കോട്ടേ.... "

കഥയുടെ കഥകൾ ഒരുപാടുണ്ട്. ആൾ എറണാകുളത്ത് ഏതോ ഓഫീസിൽ നിന്ന് റിട്ടയർ ചെയ്തു എന്നറിഞ്ഞു. കണ്ടിട്ട് ഒരുപാട് നാളുകൾ ആയി. സുഖമായിരിക്കുന്നു എന്നു കരുതാനാണ് ഇഷ്ടം.

പുലിവാലുപിടിക്കുന്ന അസിസ്റ്റന്റ് എഞ്ചിനീയർമാർ

കിടങ്ങറ സെക്ഷനിൽ ജോലി ചെയ്യുന്ന സമയം. സാധാരണ വീട്ടിൽ എത്തുമ്പോൾ ആറര കഴിയും. പിന്നെ തിരക്കിട്ട ജോലി ആയിരിക്കും. വൈകിട്ടത്തെ ഭക്ഷണം, പിറ്റേന്നത്തേയ്ക്ക് അടുക്കളയിൽ ചെയ്യേണ്ട ജോലികളുടെ പാതി ജോലി ഒരുക്കി വയ്ക്കണം. കുടിക്കാനുള്ള വെള്ളം നേരത്തെ തിളപ്പിച്ചു വച്ചില്ലെങ്കിൽ രാവിലെ ഓഫീസിൽ പോകാൻ ഇറങ്ങുമ്പോൾ ചൂടാറില്ല. കുട്ടികളുടെ പഠനം അങ്ങനെ ഒരുപാട് ജോലികളുടെ തിരക്കിനിടയിൽ സി.യു.ജി. ഫോണിൽ വേണ്ടതിനും വേണ്ടാത്തതിനും വരുന്ന കോളുകൾ അറ്റൻഡ് ചെയ്യണം.

ഒരു ദിവസം അങ്ങനെ തിരക്കുപിടിച്ച ജോലിയ്ക്ക് ഇടയിൽ ഒൻപതു മണി കഴിഞ്ഞപ്പോൾ ഓഫീസിലെ സ്റ്റാഫ് ഒരാൾ വിളിച്ചിട്ട്,; മാഡം നമ്മുടെ പെറ്റി കോൺട്രാക്ടർ ജയിംസിനെ (യഥാർത്ഥ പേരല്ല കേട്ടോ) പോലീസ് പിടിച്ചുകൊണ്ടു പോയി. ആൾ വളരെ സൗമ്യനായ വ്യക്തിയാണല്ലോ ഇതെന്തുപറ്റി എന്ന് ഞാൻ. അവൻ ഷാപ്പിൽ നിന്ന് അല്പം കള്ളടിച്ചിട്ട് വീട്ടിലേയ്ക്ക് പോകും വഴിയാണ് സംഭവം. ഒരുമിച്ച് വർക്ക് ഏറ്റെടുത്തു ചെയ്യുന്ന ആൾ ഓഫീസിൽ എത്തി അറിയിച്ചതുനുസരിച്ചാണ് എനിക്ക് ഈ വിളി വന്നിരിക്കുന്നത്. ഞാൻ അയാളോടും സംസാരിച്ചു കാര്യങ്ങൾ മനസ്സിലാക്കി. ശരി വേണ്ടത് ചെയ്യാം എന്ന് പറഞ്ഞു ഞാൻ ഫോൺ വച്ചു. എന്നിട്ട് സബ് ഇൻസ്പെക്ടറെ വിളിച്ചു സംസാരിച്ചു. ഒഫീഷ്യൽ കാര്യങ്ങൾക്ക് പല തവണ ബന്ധപ്പെട്ടിട്ടുള്ള ആൾ ആയതുകൊണ്ട് നല്ല പരിചയം ആയിരുന്നു. കാര്യം പറഞ്ഞപ്പോൾ തന്നെ നല്ല രീതിയിൽ പ്രതികരിച്ചു. വിട്ടേക്കാം എന്ന് ഉറപ്പും തന്നു.

ശേഷം ഓഫീസിൽ വിളിച്ച് എല്ലാം പറഞ്ഞ് ഓക്കേ ആക്കിയിട്ടുണ്ട് സ്റ്റേഷനിൽ ചെന്ന് ജയിംസിനെ വിളിച്ചു കൊണ്ടുപൊയ്ക്കോളൂ എന്ന് അറിയിച്ചു.

അര മണിക്കൂർ കഴിഞ്ഞു വീണ്ടും അവരുടെ വിളി വന്നു. ഇനി എന്താണ് പ്രശ്നം? എന്റെ മാഡം ജെയിംസ് എന്ത് ചെയ്താലും സ്റ്റേഷനിൽ നിന്നു പോരുന്നില്ലെന്നും പറഞ്ഞു നിൽക്കുന്നു. പുള്ളി നല്ല കണ്ടിഷനിൽ ആണ്.. അവൻ എന്തു തെറ്റാണ് ചെയ്തത് എന്നറിഞ്ഞാലേ ഇറങ്ങി വരൂ.. അല്ലെങ്കിൽ ഞാൻ ഇവിടെ തന്നെ കിടന്നോളാം എന്നും പറഞ്ഞ് സ്റ്റേഷനിൽ നിന്നു ബഹളം വയ്ക്കുന്നു. എനിക്ക് വല്ലാതെ ദേഷ്യം വന്നു. വളരെ കുറച്ചു സമയം മാത്രമാണ് കുടുംബത്തോട് ഒരുമിച്ച് ചെലവഴിക്കാൻ കിട്ടാറുള്ളൂ. അത് ഇങ്ങനെ പല നൂലാമാലകളും കൊണ്ട് നഷ്ടം വരുന്നതിൽ സങ്കടം തോന്നാറുണ്ട്. അതുകൊണ്ട് തന്നെ ദേഷ്യത്തിൽ എനിക്ക് വേറെ ഒരുപാട് ജോലിയുണ്ട്. നിങ്ങൾക്ക് വേണമെങ്കിൽ അയാളെ പിടിച്ചുവലിച്ച് എങ്ങനെയെങ്കിലും കൊണ്ടുപോകാൻ നോക്കൂ. ഇതും പറഞ്ഞ് എന്നെ ഇനി വിളിക്കണ്ട എന്നു പറഞ്ഞു ഫോൺ വച്ചു.

പിറ്റേന്ന് ഓഫീസിൽ ചെന്നിട്ട് ഞാൻ ഈ ആൾക്കാരെ റൂമിലേയ്ക്ക് വിളിപ്പിച്ചു. സ്റ്റേഷനിൽ തലേന്നു നടന്ന സംഭവം വിശദമായി ചോദിച്ചു. അപ്പോൾ ജെയിംസ് പറയുന്നു... മാഡം ആളുകൾക്ക് കള്ള് കുടിക്കാൻ വേണ്ടിയല്ലേ ഗവൺമെന്റ് ലൈസൻസ് കൊടുത്ത് ഷാപ്പ് തുറന്നു വച്ചിരിക്കുന്നത്. ഷാപ്പിൽ പോയി കള്ളു കുടിച്ചതിനു ശേഷം എനിക്ക് വീട്ടിൽ തിരിച്ചു പോകണ്ടേ. അവിടെ കിടക്കാൻ പറ്റുമോ. അപ്പോൾ പിന്നെ കള്ളു കുടിച്ചിട്ടു റോഡിൽ കൂടി നടന്നു പോകാതിരിക്കാൻ പറ്റുമോ. ഇതിൽ ഞാൻ ചെയ്ത തെറ്റ് എന്താണ്.. ആൾ ഇന്നലത്തെ അതേ ചോദ്യം ആവർത്തിക്കുകയാണ്. ഞാൻ കള്ളു കുടിച്ചു കഴിഞ്ഞു റോഡിന്റെ അരികിൽ കൂടി മര്യാദയ്ക്ക് നടന്നു പോയതിനാണ് എന്നെ പിടിച്ചകത്തിട്ടത്. അത് എങ്ങനെ ശരിയാവും. മാഡം ഒന്നു പറയൂ.

അപ്പോൾ കൂടെ ഉള്ളവർ, മാഡം ഇവൻ ഈ ചോദ്യം ചോദിച്ചു സ്റ്റേഷനിൽ കിടന്നു ബഹളം വച്ചു. എങ്ങനെയെങ്കിലും വിളിച്ചു കൊണ്ട് പോരാൻ നോക്കിയിട്ട് തല്ലികൊന്നാലും വരില്ലെന്നും പറഞ്ഞു നിൽക്കുവായിരുന്നു. അവസാനം ഇയാളെ പിടിച്ചോണ്ട് പോയില്ലെങ്കിൽ ഞങ്ങളെ പിടിച്ചകത്തിടും എന്നു SI ഭീഷണിപ്പെടുത്തി. ഒരുവിധത്തിൽ പിടിച്ചുകൊണ്ടു പോന്നു എന്നു പറഞ്ഞാൽ മതി.

ജയിംസ് റോഡിന്റെ അരികിൽ കൂടി ഒന്നും ആയിരിക്കില്ല പോയത്, വീതി അളന്നാവാനേ തരമുള്ളൂ. അപ്പോഴത്തെ അവസ്ഥ ജയിംസിനറിയില്ല, പോലീസുകാർക്കല്ലേ അറിയാവൂ. അല്ലാതെയൊന്നും പോലീസുകാർ ചുമ്മാ പൊക്കിയെടുത്ത് കൊണ്ടുപോ

കില്ല. അതുകൊണ്ട് ഇനി കുറച്ച് ശ്രദ്ധിച്ചു പോയാൽ കൊള്ളാം. ഈ കലാപരിപാടിക്ക് ഇനി എന്നെ വിളിക്കണ്ട. ഇനി നിന്നു കൂടുതൽ വാചകമടിക്കാതെ എല്ലാവരും പണിക്ക് പോകാൻ പറഞ്ഞു പിരിഞ്ഞു.

ഒരു ഡിസ്ട്രിബ്യൂഷൻ അസിസ്റ്റന്റ് എഞ്ചിനീയർക്ക് വരുന്ന ഓരോരോ പുലിവാലുകൾ... ചിരിക്കാതെ എന്തു പറയാൻ അല്ലേ..!

ഒരു പോസ്റ്റ് ഷിഫ്റ്റിംഗ് അപാരത

ഒരുദിവസം വൈകിട്ട് മൂന്ന് മണി ആയിക്കാണും ഒരു അപ്പൂപ്പൻ കിടങ്ങറ ഓഫീസിലേയ്ക്ക് കയറി വന്നു. വടിയൊക്കെ കുത്തി പിടിച്ചാണ് നടക്കുന്നത്. അത്രയ്ക്ക് പ്രായാധിക്യമുണ്ട്. ഇരിക്കാൻ പറഞ്ഞു. കാര്യം അന്വേഷിച്ചപ്പോൾ ഒരു പോസ്റ്റ് മാറ്റിയിടുന്നതുമായി ബന്ധപ്പെട്ട പ്രശ്നമാണ്. അടുത്ത വീട്ടുകാർക്കു അവരുടെ വീട്ടിലേയ്ക്ക് വണ്ടികയറ്റി കൊണ്ടുപോകാനുള്ള സൗകര്യത്തിനു വേണ്ടി ഒരു പോസ്റ്റ് മാറ്റിയിടാൻ പൈസ അടച്ചിരുന്നു. അപ്പൂപ്പന്റെ സ്ഥലത്തു നിൽക്കുന്ന ഈ പോസ്റ്റ് മാറ്റാൻ അദ്ദേഹത്തിനു സമ്മതമല്ല എന്ന കാര്യം ബോധിപ്പിക്കാൻ നേരിട്ട് വന്നതാണ്. സ്ഥലം എനിക്കറിയാവുന്നതും പബ്ലിക് റോഡിനു അരികിൽ നിൽക്കുന്നതുമാണ് ഈ പോസ്റ്റ്.

അപ്പൂപ്പന്റെ സ്ഥലത്തല്ലല്ലോ പോസ്റ്റ് നിൽക്കുന്നത് റോഡിന്റെ അരികിൽ അല്ലേ. അതിനാരുടെയും സമ്മതം ആവശ്യമില്ല. തന്നെയുമല്ല അത് മാറ്റിയാൽ ആർക്കും വേറൊരു ദോഷവും ഇല്ല. പിന്നെന്തിനാ ഈ വയസ്സാംകാലത്ത് ബുദ്ധിമുട്ടി ഇവിടെ വരെ വന്നത് എന്ന എന്റെ ചോദ്യത്തിനു ആരു പറഞ്ഞു അതെന്റെ സ്ഥലം ആണ്. ഞാൻ റോഡിനു വേണ്ടി പഞ്ചായത്തിനു കൊടുത്ത എന്റെ സ്ഥലമാണ്. അവിടുന്ന് പോസ്റ്റ് മാറ്റാൻ ഞാൻ സമ്മതിക്കില്ല എന്ന് വീറോടെ പറഞ്ഞിട്ട് മുഖം വീർപ്പിച്ചിരുന്നു; ചില കുഞ്ഞുങ്ങളെ പോലെ. എനിക്ക് ഉള്ളിൽ ചിരി വന്നു. ഞാൻ വീണ്ടും പറഞ്ഞു അപ്പൂപ്പന്റെ സ്ഥലം ആണെങ്കിൽ അവിടെ ഒന്ന് വേലികെട്ടി തിരിക്കാമോ.. എങ്കിൽ ഞാൻ സമ്മതിക്കാം. അയ്യോ അതു പറ്റില്ല നാട്ടുകാർ എന്നോട് വഴക്കുണ്ടാക്കും. അതു തന്നെയാണ് പറഞ്ഞത് നമ്മൾ സമ്മതം കൊടുത്ത് പഞ്ചായത്ത് റോഡ് ഉണ്ടാക്കി കഴിഞ്ഞാൽ പിന്നെ അതു നാട്ടുകാരുടെ ആണ്. നമുക്ക് അവകാശം ഇല്ല. അപ്പൂപ്പനു വേറെ അസൗകര്യം എന്തെങ്കിലും ഇതുകൊണ്ട് ഉണ്ടെങ്കിൽ നമുക്ക് നോക്കാം. ഇത് സാധിച്ചു തരാൻ ബുദ്ധിമുട്ടാണ്. ഞാൻ പറഞ്ഞു നിർത്തി.

പിറ്റേന്ന് ഈ വർക്ക് അറേഞ്ച് ചെയ്യുമ്പോൾ ഞാൻ സബ് എഞ്ചിനീയറോട് ലൈൻ മാൻ ബിജു ബി. മൂലംകുന്നത്തിനെ കൂടെ ആ വർക്കിൽ ബുക്ക് ചെയ്യാൻ പറഞ്ഞു. വേറൊന്നുമല്ല ചില ആൾക്കാരെ ചില ജോലികൾ ഏല്പിച്ചാൽ അത് ചെയ്തിട്ടേ വരൂ. ഒരോരുത്തർക്കും ചില പ്രത്യേക സ്വഭാവങ്ങൾ ആയിരിക്കു മല്ലോ.

ചിലപ്പോൾ സൺറൈസ് മീറ്റിംഗിൽ ഫോണിൽ സംസാരിക്കു മ്പോൾ തെറി കേട്ടാലും നമ്മൾ സംയമനം പാലിക്കണം എന്നൊ ക്കെ പറയുമ്പോൾ ലൈൻമാൻ പി.സി. ഷാജി അപ്പോൾ തന്നെ പറയും എന്റെ തന്തയ്ക്ക് വിളിച്ചാൽ ഞാനും തിരിച്ചു വിളിക്കും. ആൾ കലാകാരനും കവിത നന്നായി ചൊല്ലുന്ന ആളും ഒക്കെ യാണ്. പക്ഷെ പെട്ടെന്ന് പ്രതികരിക്കും എന്നാൽ ശുദ്ധ ഹൃദയ നും ആണ്. ഒരിക്കൽ ചില വിഷമങ്ങൾ എന്നോട് പങ്കുവച്ചിരുന്നു. കണ്ണുനിറയുന്നത് കണ്ട് ആശ്വസിപ്പിക്കേണ്ടി വന്നിട്ടുമുണ്ട്.

വേറൊരു ദിവസം ഒരാൾ കുടിച്ചിട്ടു എന്റെ റൂമിൽ വന്നു ബഹ ളം വച്ചു. സപ്ലൈ ഓഫ് ചെയ്തു എന്നതാണ് വിഷയം. കണ്ടക്ടർ മാറ്റുന്ന ജോലി ഓഫ് ചെയ്യാതെ ചെയ്യാൻ പറ്റില്ല. എന്നൊക്കെ ഞാൻ പറയുന്നുണ്ട്. പക്ഷെ രാവിലെ കട്ടൻ കാപ്പിയ്ക്ക് പകരം കള്ളും കുടിച്ചു വന്നിരിക്കുന്ന ആൾക്ക് ഇതൊന്നും കേൾക്കാൻ താല്പര്യമില്ല. അയാളങ്ങനെ പറഞ്ഞുകൊണ്ടിരുന്നു ഞാൻ എന്റെ ജോലിയിലും... പെട്ടെന്ന് ഒരാൾ റൂമിലേയ്ക്ക് കയറിവന്ന് അയാ ളുടെ കഴുത്തിനു കുത്തിപിടിച്ച് "ഇറങ്ങി പോടോ" എന്നു പറഞ്ഞ് പുറത്തേയ്ക്ക് കൊണ്ടുപോകുന്നത് കണ്ടു. ലൈൻ മാൻ യൂനുസ് ആണ്. എന്നോട് വളരെ സ്നേഹവും ബഹുമാനവും ഉള്ള ആളാ ണ്. അതു കൊണ്ട് തന്നെയാണ് ഇത് സംഭവിച്ചതും. അങ്ങനെ ഒരോരുത്തരെയും നമുക്ക് പ്രത്യേകം അറിയാം.

ചില കുഴഞ്ഞ കേസുകൾ ബിജുവിനെ ഏല്പിച്ചാൽ ഇത്തിരി വെകിളി സ്വഭാവം ആയതുകൊണ്ട് പുള്ളി അത് എങ്ങനേയും ശരി യാക്കും. ഉദാഹരണത്തിനു ഇപ്പോൾ ഓഫീസിനു മുന്നിൽ ആരെ ങ്കിലും വെള്ളമടിച്ചു ബഹളം ഉണ്ടാക്കുന്നത് ശ്രദ്ധയിൽപ്പെട്ടാൽ ബിജൂ അയാളെ ഒന്നു പറഞ്ഞു വിടാമോ എന്നു പറഞ്ഞു കുറ ച്ചു കഴിയുമ്പോൾ അവിടെ കുറേ ഇംഗ്ലീഷ് പറയുന്നത് കേൾക്കാം. ആ കുടിയൻ പോയ വഴി കാണില്ല. ഞാൻ ബിജുവിനെ വിളിച്ച് കൊച്ചേ നീ എന്താ അയാളോട് ഇംഗ്ലീഷിൽ പറഞ്ഞത് എന്ന് ചോ ദിച്ചാൽ ആ എനിക്കറിയില്ല. അറിയാവുന്ന വാക്കുകൾ ഈസും

വാസും ചേർത്ത് തട്ടിവിട്ടതാ.. അയാളുടെ കിളി പോയി. ആൾ പോയില്ലേ മാഡത്തിനു അതു പോരേ.. ഇതൊക്കെ അറിയാമായിരുന്നു എങ്കിൽ ഞാനാ കസേരയിൽ ഇരുന്നേനെ എന്നൊക്കെ പറഞ്ഞു ചിരിക്കും.

രാവിലെ തന്നെ നമ്മുടെ അപ്പൂപ്പന്റെ ആ കേസ് അറ്റൻഡ് ചെയ്യാൻ ബിജുവിന്റെ നേതൃത്വത്തിൽ ആളുകൾ പോയി. വൈകിട്ട് പണി കഴിഞ്ഞു കൂട്ടച്ചിരിയുമായി അവർ തിരിച്ചു വന്നു. ഞാൻ വിവരം ചോദിച്ചു. അപ്പൂപ്പൻ പോസ്റ്റിന് അടുത്തുള്ള വേലിപ്പത്തലിൽ അവരുടെ പട്ടിയെ കെട്ടിയിട്ടു മാഡം. പട്ടി പോസ്റ്റിന് അടുത്ത് ചെല്ലാൻ സമ്മതിക്കുന്നില്ല. ആ വീട്ടിലെ മറ്റുള്ളവർ ഈ വല്യപ്പൻ ചെയ്യുന്നതൊന്നും ശ്രദ്ധിക്കുന്നേയില്ല. അവർ അവരുടെ ജോലി ഒക്കെ ചെയ്തു നടക്കുന്നു. അപ്പോൾ ഞങ്ങൾക്ക് പിടികിട്ടി ഈ അപ്പൂപ്പനെ കൊണ്ട് അവരും മടുത്തു എന്ന്. പിന്നെന്തു ചെയ്തു എന്ന് ഞാൻ. എന്ത് ചെയ്യാൻ ഞാൻ ഇവരോട് അപ്പൂപ്പന്റെയും പട്ടിയുടെയും ശ്രദ്ധ നിങ്ങളിൽ തന്നെയാക്കിക്കൊള്ളണം ബാക്കി ഞാൻ ഏറ്റു. അവർ അങ്ങനെ ചെയ്തു. ഞാൻ ആ സമയം പട്ടിയെ കെട്ടിയിട്ട പത്തൽ വെട്ടിവിട്ടു. പട്ടി തുടലും കൊണ്ട് എവിടേയ്ക്കൊ ഓടിപ്പോയി. ഞങ്ങൾ അങ്ങനെ പണിതീർത്തു.

പക്ഷെ ആ വല്യപ്പനു അപാര ഓർമ്മശക്തിയാ മാഡം.. പോരാൻനേരം എന്നോട് ചോദിക്കുവാ നീ മൂലംകുന്നത്തെ ബേബിയുടെ മോനല്ലേന്ന്... എന്റെ അകവാളു വെട്ടിപ്പോയി. ഞങ്ങളുടെ ബന്ധുവല്ലോം ആയിരിക്കും. ഞാനാ നാട്ടുകാരനേയല്ലാ എന്നും പറഞ്ഞു വിട്ടു പോന്നു.

പിറ്റേന്ന് അപ്പൂപ്പൻ എന്നെ കാണാൻ വീണ്ടും വന്നു. ഒന്നും മിണ്ടാതെ മുന്നിൽ മുഖം വീർപ്പിച്ചിരിക്കുന്നു. ഞാൻ ഓരോന്നു ചോദിച്ചിട്ടും മിണ്ടുന്നില്ല. മിഠായി തരാതിരുന്നതിനു പ്രൈമറി സ്കൂളിൽ പഠിക്കുമ്പോൾ നമ്മൾ അടുത്ത കൂട്ടുകാരോട് പിണങ്ങിയിരുന്നിട്ടില്ലേ അതേയിരിപ്പ്. കുറേ സമയം... പിണക്കം ആണോ എന്ന ചോദ്യത്തിനു മുഖം തരാതെ പുറത്തോട്ട് നോക്കിയിരുന്നു. കുറേ കഴിഞ്ഞു എനിക്ക് എതിരെ പരാതി കൊടുക്കണോ എങ്കിൽ എക്സിക്യൂട്ടീവ് എഞ്ചിനീയർ ആലപ്പുഴയിൽ ഉണ്ട്. അഡ്രസ് തരാം എന്ന് പറഞ്ഞപ്പോൾ വേണ്ട ഞാൻ പോകുവാ എന്നു പറഞ്ഞ് ഇറങ്ങിപോയി മുഖം വീർപ്പിച്ചു കൊണ്ട് തന്നെ. പ്രായം ആവുമ്പോൾ നമ്മളും ഇതുപോലെ തന്നെ നിർബന്ധബുദ്ധിക്കാർ ആവുമോ എന്തോ.. !

ട്രാൻസ്ഫർ & പോസ്റ്റിങ്ങും വനിതാ ഓവർസീയറും

ഓരോ വർഷവും ജനറൽ ട്രാൻസ്ഫർ ആൻഡ് പോസ്റ്റിങ്ങ് വരുന്ന സമയത്ത് പൊതുവേ ഓഫീസർമാർക്ക് ഒരു ചെറിയ ടെൻഷൻ ഉണ്ടാവാറുണ്ട് പ്രത്യേകിച്ച് സെക്ഷൻ ഓഫീസിലെ എ.ഇ.മാർക്ക്. വേറൊന്നുമല്ല പത്തു നാല്പതോളം പേർ വരുന്ന സ്റ്റാഫുമായി നല്ല സെറ്റ് ആയി വന്നതിനു ശേഷം പെട്ടെന്ന് കുറേ പേര് പോകുകയും വേറെ കുറേപ്പേർ വരികയും ചെയ്യും. ചിലപ്പോൾ നന്നായി ജോലി ചെയ്യുന്ന ആൾക്കാർ ആയിരിക്കും പോകുന്നത്. വരുന്നവർ എങ്ങനെ ഉള്ളവർ ആയിരിക്കും എന്ന ഒരു ചെറിയ ടെൻഷൻ എനിക്കും ഉണ്ടാവാറുണ്ട്.

കിടങ്ങറക്കാലത്ത് ഒരു തവണ രണ്ടു സബ് എഞ്ചിനീയർ മാർക്കും മൂന്നോ നാലോ ഓവർസിയർമാർക്കും ആറേഴു ലൈൻമാൻമാർക്കും കൂടി ഒരുമിച്ച് സ്ഥലം മാറ്റം വന്നു. നേരത്തെ തന്നെ എക്സിക്യൂട്ടീവ് എഞ്ചിനീയറോട് രണ്ടു സബ് എഞ്ചിനീയർമാരെയും കൂടി ഒരുമിച്ച് റിലീവ് ചെയ്യരുത് എന്ന് ഞാൻ അപേക്ഷിച്ചിരുന്നു. പുഞ്ച സെക്ഷൻ എന്നു കേട്ടാൽ തന്നെ ആൾക്കാർ വരില്ല എന്നറിയാമായിരുന്നു. അവർ എങ്ങനെയെങ്കിലും ട്രാൻസ്ഫർ മാറ്റി വാങ്ങുകയോ ക്യാൻസൽ ചെയ്യിപ്പിക്കുകയോ ചെയ്യും. അതാണ് സബ്സ്റ്റിറ്റ്യൂട്ട് വന്നിട്ട് മതിയെന്ന് പറഞ്ഞത്. പക്ഷേ സാർ ഒരു സുപ്രഭാതത്തിൽ രണ്ടു പേരെയും കൂടി ഒരുമിച്ച് റിലീവ് ചെയ്തുകൊണ്ട് ലെറ്റർ അയച്ചു. അങ്ങനെ അവർ പോയി പകരം ആൾ ഒട്ടു വന്നതുമില്ല.

നേരത്തേ നാല് സെന്ററിലായി നാലു സബ് എഞ്ചിനീയർമാർ ഉണ്ടായിരുന്നു. മോഡൽ സെക്ഷൻ വന്നപ്പോൾ അത് മൂന്നായി. അണ്ഡകടാഹം പോലെ ഏരിയ ഉള്ള സെക്ഷനിൽ പിന്നെ ആകെ ഒരു സബ് എഞ്ചിനീയർ മാത്രം. പൊതുവെ സെക്ഷനിൽ ജോലി ചെയ്യുന്ന സബ് എഞ്ചിനീയർമാർ തലയിലെ ഒരു പിരി പോയ

അവസ്ഥയിൽ എത്തും. ഇതോടെ ശ്രീകുമാർ എന്ന സബ് എഞ്ചിനീയർക്ക് അഞ്ചാറ് പിരി പോയ അവസ്ഥയായി. ചുരുക്കത്തിൽ CUG ഫോണുകൾ പോലും വെറുതെ ഇരിക്കുന്നു കൊടുക്കാൻ ആളില്ലാതെ.. !

ഓവർസിയർമാരെ ഇന്റേണൽ ഷഫിളിങ്ങിൽ ഉള്ളവരെ നേരത്തെ ട്രാൻസ്ഫർ ചെയ്തിരുന്നു. പിന്നെ ഇങ്ങോട്ട് വരാനുള്ളവർ ദൂരെ സെക്ഷനുകളിൽ ജോലി ചെയ്യുന്നവർ ആണ്. അവർ എത്താൻ താമസം ഉണ്ട്.

ഇന്റേണൽ ഷഫിളിങ്ങിൽ കിടങ്ങറ സെക്ഷനിൽ നിന്ന് പുന്നപ്രയ്ക്ക് പോയ ഓവർസിയർ ഓമനക്കുട്ടൻ ഒരുദിവസം ചുമ്മാ എല്ലാവരെയും കാണാനായി ഓഫീസിൽ വന്നു. പുള്ളിക്കാരൻ വളരെ സരസനും ചേർത്തലയിലെ എന്റെ അയൽക്കാരനും കൂടിയാണ്. ഫോൺ അറ്റൻഡ് ചെയ്യുന്ന ഡ്യൂട്ടി ആണെങ്കിൽ നമുക്ക് കൺസ്യൂമറിന്റെ പരാതി ഒന്നും വരില്ല. അതൊക്കെ ഭംഗിയായി കൈകാര്യം ചെയ്യും. മൂന്നു മിനുട്ട് നേരത്തേയ്ക്ക് സ്വിച്ച് ഓഫ് എടുക്കുമ്പോൾ പോലും ആൾക്കാർ വിളിക്കും. ഒരു ദിവസം സ്വിച്ച് ഓഫ് സമയത്ത് ഫോണിൽ വിളിച്ച ആളിനോട് ഇദ്ദേഹം "മുകളിലേയ്ക്ക് ഒന്ന് നോക്കിക്കേ ചേട്ടാ എന്നു പറയുന്നു. ങാ.. കറന്റ് വന്നില്ലേ.. അത്രേയുള്ളൂ.. " ഈ കക്ഷി ഫോൺ അറ്റൻഡ് ചെയ്യുന്നത് ശ്രദ്ധിച്ചു നിന്ന ഞാനും ചിരിച്ചു പോയി.

പുതിയ ഓഫീസ് ഒക്കെ എങ്ങനെയുണ്ട് ഞാൻ ചോദിച്ചു. എല്ലാം കൊള്ളാം മാഡം പക്ഷേ ഒരു പരാതി മാത്രമേ ഞങ്ങൾക്ക് ഉള്ളൂ. എന്ത് പരാതി ഞാൻ ആകാംക്ഷയോടെ ചോദിച്ചു. ഓവർസീയർമാരിൽ ഒരാളെ മാത്രം നൈറ്റ് ഡ്യൂട്ടിയ്ക്ക് ബുക്ക് ചെയ്യുന്നില്ല. അതെന്താ എന്തെങ്കിലും അസുഖം ഉള്ള ആൾ ആണോ.? ഏയ് ഒറ്റ കുഴപ്പമേയുള്ളൂ പേര് ശ്യാമള എന്നാണ്. ഞങ്ങൾ പൊട്ടിച്ചിരിച്ചു. ചില കമ്പാഷനേറ്റ് അപ്പോയ്ന്റ്മെന്റ് വരുമ്പോൾ വനിതകൾ പ്രൊമോഷൻ ആയി ഈ പോസ്റ്റിൽ വരാറുണ്ട്. എനിക്ക് ആലപ്പുഴ ഡിവിഷനു കീഴിൽ ലേഡി ഓവർസീയർമാർ ഉള്ളതായി അറിയില്ലായിരുന്നു. ഫീൽഡിൽ പോയി ജോലി ചെയ്യുന്നവർ കുറവായതിനാൽ ഫോൺ അറ്റൻഡ് ചെയ്യുന്ന ഡ്യൂട്ടിയിൽ ആണ് ഇവരെ സാധാരണ ബുക്ക് ചെയ്യുന്നത്.

അടുത്ത ദിവസം പോസ്റ്റുമാൻ മെയിലുകൊണ്ടു വന്നുതന്നതിൽ ഒരെണ്ണം ഓവർസീയർമാരുടെ റീ പോസ്റ്റിങ്ങ് ഓർഡർ ആയിരുന്നു. ഞാൻ വായിച്ചു നോക്കി. കിടങ്ങറയിലേയ്ക്ക് സൈമൺ,

ഭാർഗവൻ, സിന്ധു.... എന്റെ കണ്ണു തള്ളി. ഈശ്വരാ ലേഡി ഓവർ സീയറോ... ! എനിക്ക് ഓമനക്കുട്ടൻ പറഞ്ഞത് ഓർമ്മയിൽ വന്നു. ഇനിയും ഫോൺ അറ്റൻഡ് ചെയ്യാനായി ഒരാളെ ഇവിടെ വേണ്ട. ഡ്യൂട്ടിയിൽ ഉണ്ടായ അപകടത്തെ തുടർന്നു ശാരീരിക പ്രശ്നങ്ങൾ ഉള്ള സജീവ് ഫോണിൽ ഡ്യൂട്ടി ചെയ്യുന്നുണ്ട്. ഇനി വേറെ ഒരാളെ കൂടി ഇരുത്തിയാൽ ഫീൽഡിൽ ജോലിയ്ക്ക് ആളുണ്ടാവില്ല.

എക്സിക്യൂട്ടീവ് എഞ്ചിനീയറോടും ഇ.ബി. സെക്ഷനിലെ സൂപ്രണ്ടിനോടും സബ്സ്റ്റിറ്റ്യൂട്ടില്ലാതെ സബ് എഞ്ചിനീയർമാരെ റിലീവ് ചെയ്തതിന് ഇന്നലെ അങ്ങോട്ടു പോയി വഴക്കുണ്ടാക്കിയിട്ട് ഇന്നും കൂടി വഴക്കുണ്ടാക്കാൻ ഉള്ള മടി കാരണം യൂണിയൻ നേതാവായ ജയകുമാറിനെ വിളിച്ചു (അതോ നഹാസിനെയോ?). പുള്ളി ഫോൺ എടുത്ത പാടേ ഞാൻ പറയാൻ തുടങ്ങി. എനിക്ക് പെണ്ണുങ്ങളെയൊന്നും ഇവിടെ ഓവർസീയർമാരായി വേണ്ട. നിങ്ങൾ എവിടെ വേണമെങ്കിലും ഇട്ടോ കിടങ്ങറയ്ക്ക് വേണ്ട. ഒന്നാമത് ഇവിടെ സബ് എഞ്ചിനീയർ ഒരാൾ മാത്രമേ ഉള്ളൂ ഇതിനിടയ്ക്ക് ഓവർസീയർമാരെങ്കിലും ജോലി ചെയ്യുന്നവർ വേണ്ടേ.. ഞാൻ ഇങ്ങനെ നിർത്താതെ പറഞ്ഞു കൊണ്ടിരിക്കുന്നതിനിടയിൽ ഒന്നും മനസ്സിലാവാതെ ജയകുമാർ എന്താ പ്രശ്നം മാഡം എന്നു ചോദിച്ചു. ഒരു സിന്ധുവിനെ ഇവിടെ പോസ്റ്റ് ചെയ്തുകൊണ്ട് എക്സിക്യൂട്ടീവ് എഞ്ചിനീയറുടെ ഓർഡർ കിട്ടി. ലേഡി ഓവർ സീയർ ഒന്നും ശരിയാവില്ല. അവർ ഫീൽഡിൽ പോയി ജോലി ചെയ്യുമോ ഇല്ലെങ്കിൽ മാറ്റി വേറെ ആളെ പോസ്റ്റ് ചെയ്യിക്കണം. ഞാൻ ആവശ്യം പറഞ്ഞു. അപ്പുറത്ത് ഉറക്കെയുള്ള ചിരി കേൾക്കാം. എനിക്ക് ആകെ കൺഫ്യൂഷൻ ആയി. എന്തിനാ ജയകുമാറേ ചിരിക്കുന്നത്. മാഡം ഒന്നാന്തരം പൗരുഷമുള്ള ഒരു ആണൊരുത്തൻ ആണ് ഈ സിന്ധു. പേര് ഇതായിപ്പോയി എന്നേയുള്ളൂ. ആണോ... എനിക്കും ചിരി അടക്കാൻ പറ്റിയില്ല. ആ ലിസ്റ്റിൽ ഉള്ള എല്ലാവരും ഒന്നാംതരം ഓവർസീയർമാരാണ് എന്നു കൂടി ജയകുമാർ കൂട്ടിച്ചേർത്തു.

ജോയിൻ ചെയ്യാൻ വന്നപ്പോൾ സുരേഷ് ഗോപിയെ പോലെ ആറടി പൊക്കവും അതിനൊത്ത ശരീരവുമുള്ള ഒരാൾ. എനിക്ക് എന്റെ കാര്യം ഓർത്തിട്ട് ചിരിയും അടക്കാൻ പറ്റുന്നുണ്ടായിരുന്നില്ല. ഒരു പേര് കൊണ്ട് വന്ന പൊല്ലാപ്പ്... !

ജയകുമാർ പറഞ്ഞത് ശരിയായിരുന്നു. വളരെ ഹാർഡ് വർക്കിങ്ങ് ആയ ആൾക്കാർ ആയിരുന്നു പുതിയതായി വന്നവർ എല്ലാ

വരും. പിന്നീട് അടുത്ത ദിവസം സിന്ധുവിനെയും ബെന്നിയെയും (ബെനെഡിക്റ്റോസ്) വിളിച്ച് ഓരോ CUG ഫോൺ കൊടുത്തിട്ട് ഞാൻ നിങ്ങളേ തൽക്കാലം പ്രൊമോഷൻ തന്ന് സബ് എഞ്ചിനീയർമാരാക്കിയിരിക്കുന്നു, അതനുസരിച്ച് ജോലി ചെയ്യണം എന്ന് പറഞ്ഞു ചിരിച്ചു. സത്യത്തിൽ വർക്കർമാർ മുതൽ മേലൊട്ടുള്ള എല്ലാവരും അവസരത്തിനൊത്ത് ഉയർന്ന് വളരെ ആത്മാർത്ഥമായി ജോലി ചെയ്തത് കാരണം മാത്രമാണ് സ്റ്റാഫ് കുറവായിരുന്നിട്ടും അന്ന് കിടങ്ങറ സെക്ഷൻ നല്ലരീതിയിൽ മുന്നോട്ട് കൊണ്ടുപോകാൻ പറ്റിയത് എന്ന് നന്ദിയോടെ ഓർത്തുപോകുകയാണ്.

പ്രേതകഥകളും നൈറ്റ് ഡ്യൂട്ടിയും

2020 സെപ്റ്റംബർ ആദ്യ വാരം ആണ് ഞാൻ പന്നിയാർ പവർ ഹൗസിൽ ജോയിൻ ചെയ്തത്. സ്ഥിരമായി ഡിസ്ട്രിബ്യൂഷൻ മാത്രം ജോലി ചെയ്തിരുന്ന എനിക്ക് ജനറേഷനിൽ നന്നായി ജോലി ചെയ്യാൻ പറ്റുമോ എന്ന കാര്യത്തിൽ അല്പം ആശങ്ക ഉണ്ടായിരുന്നു. ഏതായാലും വലിയ പ്രശ്നങ്ങൾ ഒന്നുമില്ലാതെ കാര്യങ്ങൾ കൊണ്ടുപോകാൻ പറ്റി.

ആദ്യത്തെ പരിഭ്രമം ഒക്കെ മാറി ജോലിയിൽ എൻജോയ് ചെയ്തു തുടങ്ങി. കൂടെ നല്ല സഹപ്രവർത്തകർ. പ്രകൃതി രമണീയമായ സ്ഥലം. നല്ല കാലാവസ്ഥ. സി.യു.ജി. ഫോണിന്റെ സ്വൈര്യം കെടുത്തുന്ന അലപ്പ് ഇല്ല, ഡിസ്റ്റിബ്യൂഷനിലെ ടെൻഷൻ ഒന്നും തന്നെയില്ല. ആകെയുള്ള ഒരു പ്രശ്നം ഇടയ്ക്കിടെ ക്വാർട്ടേർസ് പരിസരത്തും പവർ ഹൗസിലും ഒക്കെ സന്ദർശനം നടത്തുന്ന പാമ്പുകൾ മാത്രം. എനിക്ക് പാമ്പിന്റെ പടം കണ്ടാൽ പോലും പണ്ടേ പേടിയാണ് പിന്നെയല്ലേ നേരിൽ വന്നാൽ.. !

വൈകുന്നേരങ്ങളിൽ ചായ കുടിക്കാൻ സഹപ്രവർത്തകർ ആയ ജോണേട്ടൻ, സാനു, ബിജു പിന്നെ കോൺട്രാക്ട് സ്റ്റാഫ് ആയ കുട്ടികൾ എന്നിവരൊക്കെയായി (ഒരുമിച്ചല്ല ഷിഫ്റ്റ് അനുസരിച്ചു ഉള്ളവർ) ഞങ്ങൾ വട്ടംകൂടിയിരിക്കും. ഓരോദിവസവും പല കഥകളും പറയും. ഞങ്ങൾ എല്ലാവരും നല്ല കൂട്ടായിരുന്നു. രസകരമായ പല കഥകളും പറയും. കഥകൾ കേൾക്കാൻ ഇഷ്ടമുള്ള ഞാൻ ഓരോന്നും ചോദിച്ചുകൊണ്ടേയിരിക്കും. അങ്ങനെ ഒരു വൈകുന്നേരം പവർ ഹൗസിൽ ചുറ്റിനടക്കുന്ന പ്രേതങ്ങളെ പറ്റിയുള്ള കഥകൾ പറഞ്ഞു തുടങ്ങി.

കുറച്ച് വർഷങ്ങൾക്കു മുമ്പ് (2007) പെൻസ്റ്റോക്ക് പൊട്ടി വളരെ മിടുക്കന്മാരായ എട്ടു ജീവനക്കാർ മരണമടഞ്ഞിരുന്നു. (വളരെ ബഹുമാനത്തോടെ അവരുടെ ആത്മശാന്തിയ്ക്ക് വേണ്ടി പ്രാർത്ഥിക്കുന്നു.)

പലരും കണ്ടിട്ടുണ്ട് എന്ന് തുടങ്ങി അവർ കേട്ടിട്ടുള്ള പല കഥ

കൾ. പലപ്പോഴായി ആണ് പറഞ്ഞത്. ഒരുമിച്ചു പറഞ്ഞാൽ പേടിച്ചുപോയാലോ എന്ന് കരുതിയാവും.

പവർ ഹൗസിൽ ഡ്യൂട്ടി ചെയ്യുന്ന പോലീസുകാരൻ ഒരുദിവസം രാത്രി ഓഫീസിലെ ഭക്ഷണം കഴിക്കുന്ന മുറിയിൽ ചെന്നപ്പോൾ ഇളം നീല ഷർട്ട് ധരിച്ച ഒരാൾ ടേബിളിൽ ഇലയൊക്കെ ഇട്ട് ഉണ്ണുന്നത് കണ്ടു. കൈകഴുകി തിരിഞ്ഞു നോക്കുമ്പോൾ ആളെ കാണാനില്ല. അദ്ദേഹം അവിടെ ഡ്യൂട്ടിയിൽ ഉണ്ടായിരുന്ന പലരോടും ചോദിച്ചിട്ട് അങ്ങനെ ഒരാൾ ഇല്ല എന്ന് കേട്ട് ആൾ ഭയന്നുപോയി. പേടിച്ചു പനി പിടിച്ചു പിന്നീട് അങ്ങോട്ട് വന്നിട്ടേയില്ല.

വേറെ ഒരാൾ ഭക്ഷണം കഴിഞ്ഞ് അതേ മുറിയുടെ വാതിൽ വഴി രാത്രി പുറത്തേയ്ക്ക് ഇറങ്ങുമ്പോൾ തൊട്ടു മുന്നിൽ ഇളം നീല ഷർട്ട് ധരിച്ച് ഒരാൾ. അയാളെ ചവിട്ടി വീഴ്ത്താൻ നോക്കി എങ്കിലും ആളെ കാണാതായി.

ഒരിക്കൽ മെയിന്റനൻസ് വർക്ക് കഴിഞ്ഞു എല്ലാവരും ഇറങ്ങി കഴിഞ്ഞ് ആരെങ്കിലും അണ്ടർ ഗ്രൗണ്ടിൽ ഉള്ള നിലകളിൽ ജോലിയിൽ മുഴുകി ഇരിക്കുന്നുണ്ടോ എന്നു പരിശോധിക്കാൻ ഇറങ്ങിയ എഞ്ചിനീയറെ രണ്ടോ മൂന്നോ പ്രാവശ്യം സാറെ എന്നൊരു സ്ത്രീ വിളിക്കുന്നത് കേട്ട് ചുറ്റി നടന്നു നോക്കിയ ആളിന് ആരേയും കാണാൻ സാധിച്ചില്ല. പെട്ടെന്ന് അദ്ദേഹം മുകളിലെ നിലയിലേയ്ക്ക് ഓടിപ്പോന്നു.

ഇത്രയും കേട്ടപ്പോൾ "നിർത്ത് നിർത്ത്..." ഞാൻ ഇടയ്ക്ക് കയറി പറഞ്ഞു. ഇവിടെ മരിച്ച എട്ടു പേരിൽ ആരും സ്ത്രീകൾ ഇല്ലായിരുന്നു. ഇപ്പോൾ ഈ സ്ത്രീ ശബ്ദം എവിടുന്നു വന്നു. ഇതേതാ പുതിയ അവതാരം.

അപ്പോൾ അവർ വിശദീകരിച്ചു. പണ്ട് ഇവിടെ ആന്ധ്രാപ്രദേശിൽ നിന്നും ഒരു സംഘം പവർഹൗസ് കാണാൻ വന്നിരുന്നു. അതിലെ ഒരു സ്ത്രീയുടെ സാരിത്തുമ്പ് ഷാഫ്റ്റിൽ ചുറ്റിയിട്ട് അവർ കറങ്ങി ചിന്നഭിന്നമായി മരിച്ചുപോയി.

ഈശ്വരാ ഉള്ളിൽ പതുക്കെ പേടി തുടങ്ങി. എങ്കിലും എനിക്ക് പണ്ടേ പ്രേത കഥകൾ കേൾക്കാൻ ഇഷ്ടമുള്ള കൂട്ടത്തിൽ ആയതിനാൽ കാതും കൂർപ്പിച്ചിരുന്നു.

കൂടാതെ വയറിങ്ങ് ജോലിയ്ക്ക് വന്ന ഒരാൾ മരിച്ചിട്ടുണ്ട്. പിന്നൊരാൾ പെയിന്റിങ്ങ് ജോലിയ്ക്ക് വന്നിട്ട് താഴെ വീണ് മരിച്ചതാണ്.

അപ്പോൾ ഗ്രൗണ്ട് ഫ്ലോറിൽ ഇരിക്കുന്ന നിങ്ങൾ രണ്ടുപേരും മൂ

ന്നാം നിലയിൽ ഒറ്റയ്ക്ക് ഇരിക്കുന്ന ഞാനും ഉൾപ്പെടെ ആകെ മൂന്നുപേരാണ് ഈ ഏഴു നില കെട്ടിടത്തിൽ നൈറ്റ് ഡ്യൂട്ടിക്ക് ഇവിടെ ഉള്ളത്. അവരാണെങ്കിൽ ഇപ്പോൾ പതിനൊന്നു പേരായി. ഭൂരിപക്ഷം അവർക്കാണല്ലോ.

ഒരുകാര്യം പറയാം എന്തു സംഭവിച്ചെന്നു പറഞ്ഞാലും ഞാൻ രാത്രി പത്തുമണി കഴിഞ്ഞു താഴെയ്ക്ക് വരുന്ന പരിപാടി ഇനിയില്ല. അതുവരെ രാത്രി ഒന്നര മണിക്കൊക്കെ ആരെയും കൂടെ വിളിക്കാതെ തനിയെ അണ്ടർ ഗ്രൗണ്ടിലെ ഫ്ലോറുകളിൽ പോയി ചെക്ക് ചെയ്തിട്ടുണ്ട്. അന്നൊന്നും എനിക്ക് പേടി തോന്നിയിരുന്നില്ല. ഈ കഥകൾ അറിയുകയുമില്ല. ആരെയും കണ്ടതുമില്ല. ഇതിപ്പോൾ ചെറിയ ശബ്ദം കേട്ടാലും പ്രേതം ആണോന്ന് സംശയം തോന്നാൻ തുടങ്ങി. കൂട്ടുകാരി റിയയും ഇടയ്ക്കിടെ കേൾക്കുന്ന പല ശബ്ദങ്ങളും കേട്ട് പേടിച്ചാണ് ഡ്യൂട്ടി എടുത്തിരുന്നത്.

ഞങ്ങളുടെ എ.ഇ.ഇ. ഇതറിഞ്ഞ് പറഞ്ഞത് ലേഖയ്ക്ക് വലിയ പേടിയുമാണ് എന്നാൽ ഈ കഥകളൊക്കെ മൊത്തം കേട്ടിരിക്കുകയും ചെയ്യും എന്നാണ്. വളരെ സത്യവുമാണത്. പക്ഷെ സർ പ്രേതം ഉണ്ടെന്നൊക്കെ സയന്റിഫിക് ആയി പറഞ്ഞുകളയും. 20 മുതൽ 20000 Hz വരെയുള്ള ശബ്ദം മാത്രമേ നമുക്ക് കേൾക്കാൻ സാധിക്കൂ. എന്നാൽ നായ്ക്കൾക്ക് അതിനുമപ്പുറം കേൾക്കാൻ സാധിക്കും. അതുപോലെ ചിലർക്ക് മാത്രം കാണാൻ സാധിക്കുന്ന കാഴ്ചകൾ ഉണ്ടാവും. പകൽ ഈ പ്രേതങ്ങൾ നമ്മുടെ കൂടെ ചിലപ്പോൾ നടക്കുന്നുണ്ടാവാം. പകൽ കാണാൻ സാധിക്കാത്തത് രാത്രിയിൽ ചിലപ്പോൾ കാണാൻ പറ്റിയേക്കും. എന്നിട്ട് സാറിന്റെ വക ഒരു കൂട്ടിച്ചേർക്കലും നടത്തി.

പണ്ട് ഇവിടെ ഉണ്ടായിരുന്ന ഓപ്പറേറ്റർ (ഇപ്പോൾ എക്സിക്യൂട്ടീവ് എഞ്ചിനീയർ) നൈറ്റ് ഷിഫ്റ്റ് എടുത്ത ഒരു ദിവസം പാതിരാത്രി കഴിഞ്ഞപ്പോൾ ഒരാൾ ഇരുന്നു ഓപ്പറേറ്റേർസ് ഡയറി എഴുതുന്നത് കണ്ട് ശബ്ദിക്കാനാവാതെ ഇരുന്നുപോയി. എഴുതിയ പേജ് അദ്ദേഹം കീറി എടുത്ത് കാലങ്ങളോളം സൂക്ഷിച്ചിരുന്നു. കേട്ടിട്ട് പേടി കൂടി എന്ന് പ്രത്യേകം പറയേണ്ടല്ലോ. എങ്കിലും ഞാൻ പറഞ്ഞത് ഇങ്ങനെ ആണ്. ഓപ്പറേറ്റർസ് ഡയറി മാത്രമല്ല ആ സോഫ്റ്റ്‌വെയറിൽ കൂടി അരമണിക്കൂർ കൂടുമ്പോൾ റീഡിങ്ങ് എന്റർ ചെയ്തിരുന്നെങ്കിൽ ഉപകാരമായിരുന്നു. എല്ലാവരും ചിരിച്ചു.

എനിക്കും കൂട്ടുകാരി റിയയ്ക്കും മാത്രമല്ല പേടി, പുരുഷന്മാർ അടക്കം മറ്റു പലർക്കുമുണ്ട്. ഓഫീസിൽ പകൽ കാണുന്ന പോസി

റ്റീവ് അന്തരീക്ഷം അല്ല രാത്രിയിൽ. പൊതുവെ എല്ലാവർക്കും ഒരു നെഗറ്റീവ് എനർജി ഫീൽ ചെയ്യാറുണ്ട്. അതുകൊണ്ട് തന്നെ രാത്രിയിൽ ഡ്യൂട്ടിയ്ക്കായി കണ്ട്രോൾ റൂമിലേക്കുള്ള പിരിയൻ ഗോവണി കയറുമ്പോൾ മനഃപൂർവം മുകളിലേക്ക് നോക്കാറില്ല. കൂടാതെ കണ്ട്രോൾ റൂമിലെ ടോയ്ലറ്റ് അറ്റാച്ച്ഡ് അല്ല കുറച്ചു മാറിയാണ്. അതുകൊണ്ട് നൈറ്റ് ഷിഫ്റ്റിനു 11 മണി കഴിയുമ്പോൾ കെട്ടിയോനെ ഫോണിൽ വിളിച്ചു സംസാരിച്ചു കൊണ്ടാണ് ടോയ്ലെറ്റിൽ പോയിരുന്നത്... അല്ലെങ്കിൽ തന്നെ എന്റെ രണ്ടുപിരി പോയതാണെന്ന് മീനാക്ഷിക്കുട്ടിയും കാത്തുവും ഇടയ്ക്ക് എന്നെ കളിയാക്കാറുണ്ട്. ഇനി മുകളിലേക്ക് നോക്കുമ്പോളോ മറ്റോ വല്ല നീല ഷർട്ടുകാരെയും പോലെ തോന്നിയാൽ അഞ്ചാറുപിരി കൂടി പോയാലോന്നു പേടിച്ചിട്ടാണ് കേട്ടോ. വെറുതെ എന്തിനാ ഒരു വയ്യാവേലി വലിച്ചു തലയിൽ വയ്ക്കുന്നത്.

അങ്ങനെ ഒരുദിവസം നൈറ്റ് ഷിഫ്റ്റിനുജോലി ചെയ്യുമ്പോൾ ഏകദേശം പത്തുമണി ആയപ്പോൾ ആരോ ഇടയ്ക്കിടയ്ക്ക് കതകിൽ മുട്ടുന്ന പോലെ തെരുതെരെ ഒരു ശബ്ദം. കുറച്ചു കഴിഞ്ഞ് വീണ്ടും അതേ ശബ്ദം. ആദ്യം നമ്മുടെ പ്രേതങ്ങൾ തന്നെ മനസ്സിൽ വന്നു... ഉള്ളിൽ ഒരാന്തൽ. പിന്നെ ഓർത്തു അവരുടെ സമയം ആയില്ലല്ലോ മണി പത്തല്ലേ ആയുള്ളൂ. പതുക്കെ കണ്ട്രോൾ റൂമിനുള്ളിൽ ചുറ്റി നടന്നു ശ്രദ്ധിച്ചു. എന്റെ കസേരയുടെ പുറകിലെ ജനാലയ്ക്ക് അടുത്തുനിന്നാണ് ശബ്ദം എന്ന് പിടികിട്ടി. പതുക്കെ ജനാലപ്പടിയിൽ കയറി പുറത്തേയ്ക്ക് ഗ്ലാസ്സിലൂടെ നോക്കി. എനിക്ക് ആശ്വാസത്തോടൊപ്പം ചിരിയും വന്നു. ജനാലയ്ക്ക് പുറകിൽ പിടിപ്പിച്ചിരിക്കുന്ന എയർ കണ്ടിഷണറിന്റെ ബോക്സിനു അടുത്ത് കൂടു വച്ചിരിക്കുന്ന പ്രാവുകൾ ഇടയ്ക്കിടെ ജനാലയുടെ ഗ്ലാസിൽ കൊത്തുന്ന ശബ്ദം ആയിരുന്നു അത്.

സത്യം പറഞ്ഞാൽ, വല്ല രണ്ടു മണിയൊക്കെ കഴിഞ്ഞ സമയത്തായിരുന്നു ആ ശബ്ദം എങ്കിൽ പണി പാളിപ്പോയേനെ.

ആലോചിച്ചപ്പോൾ തന്നെ പേടിയായി. അപ്പോൾത്തന്നെ ഞാൻ നമ്മുടെ കഥാപാത്രങ്ങളോടായി പറഞ്ഞു, ഞാൻ നിങ്ങളെയും ശല്യപ്പെടുത്തില്ല നിങ്ങൾ എന്നെയും ശല്യപ്പെടുത്തരുത്. എനിക്കെന്റെ ജോലി നിങ്ങൾക്ക് നിങ്ങളുടേതും. എന്റെ എല്ലാ ജോലിയും ഞാൻ തന്നെ ചെയ്തുകൊള്ളാം. ഡയറിയും എഴുതണ്ട സോഫ്റ്റ്‌വെയറിലും റീഡിങ്ങ് എന്റർ ചെയ്യണ്ട. നമുക്ക് നല്ല ഫ്രെണ്ട്സ് ആയി പോ കാം.

അത് കേട്ടിട്ടാണോ എന്തോ പിന്നെ ഒരു ശബ്ദവും കേട്ടിട്ടില്ല. എങ്കിലും ഇടയ്ക്ക് ഒരു കാരണവും ഇല്ലാതെ ഒരു പേടി മനസ്സിലേക്ക് വരാറുണ്ടായിരുന്നു.

ഒരുദിവസം രാത്രി രണ്ടര കഴിഞ്ഞപ്പോൾ പാനൽ ബോർഡിൽ നിന്ന് അലാം വന്നു. ഉടനെ ഏതു റിലേ എന്ന് നോക്കി അക്സെപ്റ്റ് ചെയ്തിട്ട് സാധാരണ പോലെ ഒറ്റ ഓട്ടത്തിന് പിരിയൻ കോവണി ഇറങ്ങി താഴെ എത്തുമ്പോൾ മറ്റു രണ്ടുപേരുംകൂടെ കൂടി. ഗ്രൗണ്ട് ഫ്ലോറിനു താഴത്തെ നിലയിൽ പോയി ഞങ്ങൾ പ്രശ്നം ഒക്കെ പരിഹരിച്ചു. അന്നേരം വരെ പ്രേതങ്ങൾ എന്റെ ചിന്തയിൽ പോലും വന്നില്ല. പക്ഷെ തിരിച്ചു മുകളിൽ കണ്ട്രോൾ റൂമിലേയ്ക്ക് പോകാൻ നേരത്താണ് അവരെ ഓർമ്മ വന്നത്. പേടിച്ചിട്ട് മുറ്റത്ത് കൂടി മുകളിലേയ്ക്കുള്ള ഫാബ്രിക്കേറ്റഡ് മെറ്റൽ സ്റ്റെയർകേസ് വഴിയാണ് പോയത്. അന്ന് ഒരു കാര്യം മനസ്സിലായി. നമ്മുടെ പ്രയോറിറ്റി ആണ് എല്ലാം നിശ്ചയിക്കുന്നത്. ഡ്യൂട്ടിയിൽ എമർജൻസി വന്നാൽ വേറൊന്നും തലയിലേയ്ക്ക് വരില്ല. നോർമൽ ടൈമിൽ ആണ് വേണ്ടാത്ത വിചാരങ്ങൾ തലയിൽ കയറിയിരുന്നു പ്രശ്നം ഉണ്ടാക്കുന്നത്.

ഞങ്ങളൊന്ന് ഇടപെടട്ടെ?

ഒരു ദിവസം വൈകിട്ട് ഏഴര മണിയായപ്പോൾ ഒരു ഫോൺ കോൾ വന്നു. ഓഫീസിൽ നിന്ന് തന്നെയായിരുന്നു. മാഡം പള്ളിക്കൂട്ടുമ്മയ്ക്കും പുളിങ്കുന്ന് ടെലിഫോൺ എക്സ്ചേഞ്ചിനും ഇടയ്ക്കായി മൂന്ന് 11 കെ.വി. പോസ്റ്റുകൾ മറിഞ്ഞുവീണ് സപ്ലൈ പോയിട്ടുണ്ട്. മേജർ കംപ്ലൈന്റുകൾ വന്നാൽ ഓഫീസിൽ നിന്ന് ഇങ്ങനെ എന്നെ വിളിച്ചറിയിക്കാറുണ്ട്. അല്ലെങ്കിൽ നാട്ടുകാർ മൊത്തം കറന്റില്ല എന്നുപറഞ്ഞു വിളിക്കുമ്പോൾ എനിക്ക് സംഭവം എന്താണെന്ന് അറിയാതെ വരും. അതിനാൽ അങ്ങനെ നിർദ്ദേശം നൽകിയിട്ടുള്ളതാണ്.

ഞങ്ങളുടെ സെക്ഷന്റെ പേര് പുഞ്ച സെക്ഷൻ കിടങ്ങറ എന്നാണ്. ആലപ്പുഴ ഡിവിഷന്റെ കീഴിൽ ആറു പുഞ്ച സെക്ഷനുകൾ ഉണ്ട്. പ്രധാനമായും കുട്ടനാട്ടിലെ കൃഷിക്ക് മുൻഗണന നൽകി രൂപീകരിച്ച സെക്ഷനുകൾ ആയതുകൊണ്ടാവാം പുഞ്ച സെക്ഷൻ എന്ന പേര് വരാൻ കാരണം. രണ്ടു കൃഷികളാണ് ഒരാണ്ടിൽ കുട്ടനാട്ടിൽ പതിവ്. ഒന്ന് പുഞ്ച കൃഷിയും മറ്റേത് രണ്ടാം കൃഷിയും. കൃഷിക്കുവേണ്ടി "ഡി വാട്ടറിങ്ങ് "ആണ് പ്രധാനമായും നടത്തുന്നത്. അതിനുവേണ്ടി ടെമ്പററി പുഞ്ച കണക്ഷൻ എന്ന പേരിലാണ് കണക്ഷൻ നൽകുന്നത്. സമുദ്രനിരപ്പിന്റെ താഴെ കൃഷി ചെയ്യുന്ന ഇന്ത്യയിലെ ഏക സ്ഥലമാണ് കുട്ടനാട്. (ലോകത്തിൽ ഹോളണ്ടും ഉണ്ടെന്നു കേട്ടിട്ടുണ്ട്).

വിത്തു വിതച്ചു കഴിഞ്ഞാൽ പിന്നെ ഏറ്റവും പ്രാധാന്യമേറിയ സമയമാണ്. അപ്പോൾ വെള്ളം പാടത്തേക്ക് നിയന്ത്രിച്ച് മാത്രം കയറ്റിവിടും. കൂടുതലുള്ള വെള്ളം മോട്ടോർ ഉപയോഗിച്ച് വറ്റിച്ചു കളയും. വെള്ളം കെട്ടിക്കിടന്നാൽ വിത്ത് നീറിപ്പോവുകയും കൃഷി അവതാളത്തിൽ ആവുകയും ചെയ്യും. ആയതിനാൽ വിതകഴിഞ്ഞ് ഒരൊന്നൊന്നര ആഴ്ചയോളം കറണ്ട് പോയാൽ കർഷകർ ഭയങ്കര വിഷയം ഉണ്ടാക്കും. കൃഷി പൂർത്തിയാകുവോളം കറന്റ് വളരെ അത്യാവശ്യം തന്നെയാണ് എങ്കിലും ഈ കാലയളവ് വള

രെ പ്രധാനമാണ്.

ഇതറിയാവുന്നതുകൊണ്ട് പോസ്റ്റ് മറിഞ്ഞ വിവരം അറിഞ്ഞപ്പോൾ തന്നെ ഞാൻ സ്റ്റാഫിനോട് എത്രയും പെട്ടെന്ന് പോസ്റ്റുകൾ നാട്ടി കഴിയുന്നതും വേഗം സപ്ലൈ കൊടുക്കാൻ നടപടി സ്വീകരിക്കണമെന്ന് പറഞ്ഞിരുന്നു. സബ് എഞ്ചിനീയർ ജോസ് ജോസഫിന്റെയും ശ്രീകുമാറിന്റെയും നേതൃത്വത്തിൽ സ്റ്റാഫ് എല്ലാം പെട്ടെന്ന് തന്നെ സംഭവസ്ഥലത്തെത്തി. ജോലി കഴിഞ്ഞു വൈകിട്ട് വീട്ടിലേക്ക് തിരിച്ചവരൊക്കെ വിവരം അറിഞ്ഞു തിരിച്ചുവന്നു.

കർഷകർ എന്നെ വിളിച്ച് മാഡം എങ്ങനെയെങ്കിലും ഞങ്ങൾക്ക് കറന്റ് ഉടനെ തന്നെ തരുവാൻ മാർഗ്ഗം ഉണ്ടാക്കണം. കഞ്ഞിക്കണ്ടമാണ് ജീവിതമാർഗമാണ് എന്നൊക്കെ പറഞ്ഞു. എനിക്ക് രാത്രി 11 മണി വരെ സമയം തരുമോ എന്ന് ഞാൻ ചോദിച്ചു. വെളുപ്പിന് രണ്ടുമണിവരെ ഞങ്ങൾ തരാം അതിനപ്പുറം പോകാതിരുന്നാൽ മതി എന്നാണ് അവർ പറഞ്ഞത്. രാത്രി 11 മണിയോടുകൂടി എന്റെ സഹപ്രവർത്തകർ ആ മൂന്ന് പോസ്റ്റും നാട്ടി സപ്ലൈ കൊടുത്തു. കർഷകർ വിളിച്ചിട്ട് നന്ദി പറഞ്ഞത് ഹൃദയം കൊണ്ടായിരുന്നു.

എന്റെ സഹപ്രവർത്തകർ അത്രയേറെ ആത്മാർത്ഥതയുള്ളവരായിരുന്നു. അന്ന് സപ്ലൈ കൊടുക്കാതെ പിറ്റേന്ന് സപ്ലൈ കൊടുക്കാം എന്ന് വിചാരിച്ചിരുന്നിരുന്നുവെങ്കിൽ പുഞ്ച സെക്ഷൻ എന്ന പേര് വച്ചിട്ട് ഒരു കാര്യവുമില്ല. വിത്ത് നീറി പോവുകയും ജീവനക്കാർ മുഴുവൻ കർഷക ശത്രുക്കൾ ആകുകയും ചെയ്യുന്നതു മാത്രം മിച്ചം.

ഈ നാട്ടുകാരുടെ സ്നേഹം അറിഞ്ഞ പല സന്ദർഭങ്ങളും ഉണ്ടായിട്ടുണ്ട്. അതിലൊന്ന് പറയാം. ഒരു ദിവസം കെഎസ്ഇബിയുടെ 69 സെക്ഷനുകളിൽ ഒരേസമയം വിജിലൻസ് പരിശോധനയ്ക്ക് വന്നു. അതിലൊന്ന് കിടങ്ങറ സെക്ഷൻ ആയിരുന്നു രാവിലെ 10 മണി ആയപ്പോൾ വന്ന അവർ ഫയലുകളും മറ്റും പരിശോധന നടത്തി പിന്നീട് സർവീസ് കണക്ഷന്റെ ഡീറ്റെയിൽസ് നോക്കുന്നതിനായി ഫീൽഡിൽ പോയി. വീണ്ടും ഓഫീസിൽ തിരിച്ചു വന്ന് ഫയലുകൾ നോക്കുന്നു.

രാത്രി എട്ടുമണി കഴിഞ്ഞിരുന്നു സ്റ്റേറ്റ് വിജിലൻസുകാരാണ്. ആയതിനാൽ ടെക്നിക്കൽ സപ്പോർട്ടിന് വേണ്ടിയിട്ട് ഇലക്ട്രിക്കൽ ഇൻസ്പെക്ടറേറ്റിലെ ഒരു സ്റ്റാഫിനെയും കൂടെ കൊണ്ടുവന്നിട്ടുണ്ട്. അദ്ദേഹമാണെങ്കിൽ പോസ്റ്റിട്ട് കമ്പി വലിച്ചിട്ടുള്ള കണ

ക്ഷനും സർവീസ് വയർ മാത്രം ഉപയോഗിച്ചിട്ടുള്ള കണക്ഷനും ഒരേ പ്രയോറിട്ടിയിലാണ് കൊടുക്കുന്നത് എന്നാണ് പറഞ്ഞു പിടിപ്പിക്കുന്നത്. ഞാൻ അതങ്ങനെയല്ല എന്നു തിരുത്തി പറഞ്ഞെങ്കിലും അദ്ദേഹം അതൊന്നും ശ്രദ്ധിക്കാതെ വീണ്ടും അതുതന്നെ പറഞ്ഞുകൊടുത്തു കൊണ്ടിരുന്നു. ഞാൻ മുൻഗണന തെറ്റിച്ച് കണക്ഷൻ കൊടുത്തു എന്നാണ് അദ്ദേഹം പറഞ്ഞു കൊടുക്കുന്നത്. സി.ഐ. അതല്ലാം എഴുതി പിടിപ്പിക്കുകയും ചെയ്യുന്നുണ്ട്. എനിക്ക് ദേഷ്യം വന്നു. അത് രണ്ടും രണ്ട് പ്രയോറിട്ടിയാണ്, അതാണ് ഇവിടെ മലയാളത്തിൽ എഴുതി വച്ചിരിക്കുന്നത് എന്ന് കടുപ്പിച്ചു തിരുത്തി പറഞ്ഞു. ഇതൊക്കെ കണ്ടു സ്റ്റാഫ് അടുത്തൊക്കെ നിൽക്കുന്നുണ്ട്. ലൈൻമാൻ ലാലിച്ചൻ വളരെ വിഷമിച്ചു നിൽക്കുന്നത് കണ്ടപ്പോൾ എന്താ എന്നു ചോദ്യഭാവത്തിൽ നോക്കിയ എന്നെ കൈകാണിച്ചു വിളിച്ചു. മാഡം അങ്ങനെ ദേഷ്യപ്പെടണ്ടായിരുന്നു എന്ന് ലാലിച്ചൻ എന്നോട് മാറ്റിനിർത്തി പറഞ്ഞു. ഞാൻ അവരോട് ദേഷ്യപ്പെട്ടാൽ എനിക്ക് ദോഷമായി അവർ എന്തെങ്കിലും ചെയ്യുമോ എന്നുള്ള ഭയത്തിലാണ് കക്ഷി. അങ്ങനെയൊന്നും പേടിക്കണ്ട കാര്യമില്ല. ടെക്നിക്കൽ സപ്പോർട്ടിനും സാക്ഷിയും ഒക്കെ ആയിട്ടാണ് അദ്ദേഹത്തിനെ കൊണ്ടുവന്നിരിക്കുന്നത്. തെറ്റുപറഞ്ഞാൽ നമ്മൾ ചൂണ്ടിക്കാണിക്കണമല്ലോ വരുന്നിടത്ത് വച്ച് നമുക്ക് കാണാമെന്ന് പറഞ്ഞു.

അവരുടെ ഇൻസ്പെക്ഷൻ പിന്നെയും നീണ്ടുപോയി എന്റെ ഭർത്താവ് വണ്ടിയുമായിട്ട് ഏഴുമണി തൊട്ട് റോഡ് സൈഡിൽ കാത്തുനിൽക്കുന്നുണ്ട്.

8:30 മണി ആയപ്പോൾ മുൻ പഞ്ചായത്ത് പ്രസിഡന്റ് ഉൾപ്പെടെ ഒരു ആറേഴു പേര് ഓഫീസിന്റെ മുന്നിൽ കൂടെ ചുറ്റി നടക്കുന്നത് കാണുന്നുണ്ട്. കുറച്ചു കഴിഞ്ഞ് അവർ എന്റെ റൂമിന്റെ വാതിലിന് മുൻവശം വന്ന് ഇൻസ്പെക്ഷൻകാരുടെ മുന്നിൽ വച്ച് മാഡം ഒന്ന് പുറത്തേക്ക് വരാമോ എന്ന് ചോദിച്ചു. ഞാൻ അവരുടെ അടുത്തേക്ക് ചെന്നു. മാറ്റിനിർത്തി ചോദിച്ചത് ഇങ്ങനെയാണ്.

"രാവിലെ പത്തിന് തുടങ്ങിയതല്ലേ ഈ പരിപാടി, ഒരു സ്ത്രീയെ ഇത്രനേരം ബുദ്ധിമുട്ടിക്കാമോ. മണി എട്ടര കഴിഞ്ഞു. ഞങ്ങൾ ഒന്ന് ഇടപെടട്ടെ?"

എനിക്ക് ചിരി വന്നു.

അവരുടെ ഇടപെടൽ എന്നു വച്ചാൽ അവസാനം അടിപിടി ആയിരിക്കും എന്ന് എനിക്ക് നന്നായി അറിയാവുന്നതുകൊണ്ട്,

വേണ്ട. അവരുടെ ജോലിയാണത്, അവർ ചെയ്യട്ടെ. അബദ്ധം ഒന്നും കാണിക്കരുത് എന്ന് സ്നേഹപൂർവ്വം പറഞ്ഞ് അവരെ തിരിച്ചുവിട്ടു.

അധികം വൈകാതെ ഇൻസ്പെക്ഷൻകാർ തിരിച്ചുപോവുകയും ചെയ്തു. പിന്നീട് വന്ന അവരുടെ റിപ്പോർട്ടിൽ പ്രത്യേകിച്ചൊന്നും തന്നെയില്ലായിരുന്നു. ഇലക്ട്രിക്കൽ ഇൻസ്പെക്ടറേറ്റിലെ ഉദ്യോഗസ്ഥൻ പറഞ്ഞ മുൻഗണനാക്രമം തെറ്റിച്ചു എന്നത് മാത്രമാണ് കാര്യമായി ഉണ്ടായിരുന്ന അബ്നോർമാലിറ്റി. കെ.എസ്.ഇ.ബി. രണ്ടു പ്രയോറിറ്റിയിലാണ് കണക്ഷൻ കൊടുക്കുന്നത് എന്ന് റിപ്ലൈയും കൊടുത്ത് പിന്നീട് അത് ക്ലോസ് ചെയ്തു.

വാൽക്കഷ്ണം:- ഇൻസ്പെക്ഷൻ ദിവസം ലീവിലായിരുന്ന എന്റെ വളരെ അടുത്ത സുഹൃത്തും സബ് എഞ്ചിനീയറുമായ ജോസ് ജോസഫ് പിറ്റേന്ന് വന്നപ്പോഴാണ് നടന്ന സംഗതികൾ ഒക്കെ അറിഞ്ഞത്. കക്ഷി നേരെ ഇലക്ട്രിക്കൽ ഇൻസ്പെക്ടറേറ്റിൽ വിളിച്ച് "ധർമ്മം കൊടുത്തില്ലെങ്കിലും പട്ടിയെ വിട്ട് കടിപ്പിക്കരുത്" എന്ന് പറഞ്ഞു.

അല്പം മനസ്സുഖം ആരും ആഗ്രഹിച്ചുപോവും, അല്ലേ..!

കൈനകരിക്കാരുടെ പേരുകൾ

മങ്കൊമ്പ് ഇലക്ട്രിക്കൽ സബ് ഡിവിഷനിൽ ഡി.ബി. സബ് എൻ ജിനീയറായി ജോലി ചെയ്യുന്ന സമയം. മങ്കൊമ്പ് സബ് ഡിവിഷ നു കീഴിൽ മങ്കൊമ്പ്, കിടങ്ങറ കൈനകരി എന്നീ മൂന്ന് സെക്ഷനു കളാണുള്ളത്. ഈ മൂന്ന് സെക്ഷനിലെയും വിവിധ ആവശ്യങ്ങൾ ക്കായി വരുന്ന അപേക്ഷകൾ സബ് ഡിവിഷനിലേയ്ക്ക് അയച്ച് സബ് ഡിവിഷൻ ഓഫീസിലെ അസിസ്റ്റന്റ് എക്സിക്യൂട്ടീവ് എൻ ജിനീയറാണ് സാങ്ഷൻ ചെയ്യുന്നത്. സാറിന്റെ നിർദ്ദേശപ്രകാ രം അപേക്ഷകൾ പരിശോധിച്ചു സാങ്ഷൻ ഓർഡറുകൾ തയ്യാ റാക്കുക എന്നത് ഡി.ബി. സബ് എഞ്ചിനീയറുടെ ചുമതലയിൽ പെടുന്ന കാര്യമാണ്. ഓരോ അപേക്ഷകളും തരംതിരിച്ച് അതാത് രജിസ്റ്ററിൽ വിശദവിവരങ്ങൾ എഴുതി പേരും അഡ്രസ്സും സഹിതം ആണ് ഉത്തരവ് തയ്യാറാക്കുന്നത്.

അങ്ങനെ ജോലി ചെയ്യുന്ന സമയം എനിക്ക് കൈനകരിയിൽ നിന്നും വരുന്ന അപേക്ഷകളിലെ ഉപഭോക്താക്കളുടെ പേരുകൾ ക്ക് ഒരു പ്രത്യേകത തോന്നി. പലതും കേട്ടിട്ടില്ലാത്തതും എഴുതാൻ ബുദ്ധിമുട്ടുള്ളതുമായ അപൂർവങ്ങളായ പേരുകൾ. ഉദാഹരണ ത്തിന് പ്രദ്യോതനൻ, സംഘർഷണൻ, മൃത്യുഞ്ജയൻ, ശാർങ്ഗധ രൻ, മൃണാളിനി, മന്ദാകിനി, കാദംബരി തുടങ്ങിയവ.

അന്ന് ഉച്ചഭക്ഷണസമയത്ത് ഞാൻ സഹപ്രവർത്തകരുമായി ട്ട് ഈ പേരുകളുടെ പ്രത്യേകതയെ പറ്റി സംസാരിച്ചു. സംഘർഷ ണൻ എന്ന് കേട്ടപ്പോൾ പലരും പല അഭിപ്രായങ്ങൾ പറഞ്ഞു. ജനിച്ചപ്പോഴേ കക്ഷി സംഘർഷം ഉണ്ടാക്കുന്ന ആൾ ആയിരിക്കു മെന്ന് കരുതിയിട്ടായിരിക്കും ഈ പേരിട്ടത് എന്നുതുടങ്ങി പലപല കമന്റുകൾ.

അപ്പോഴാണ് ഞാൻ ഓർത്തത് കൈനകരിക്കാരിയായ എന്റെ അമ്മയുടെ ബന്ധുവായ ഒരു അപ്പൂപ്പൻ തന്റെ മക്കൾക്ക് വളരെ അപൂർവങ്ങളായ പേരുകളാണ് ഇട്ടത്. നാലു പെൺമക്കളായി രുന്നു അപ്പൂപ്പന്. മൂൺ ലൈറ്റ്, ഡേ ലൈറ്റ്, ബ്ലൂ ലൈറ്റ്, വയലറ്റ്

എന്നിങ്ങനെ ആയിരുന്നു പേരുകൾ. എൺപതിൽ കൂടുതൽ വർഷങ്ങൾക്കു മുമ്പുള്ള പേരുകളാണ് എന്നോർക്കണം. അപ്പൂപ്പൻ മക്കളെ സ്കൂളിൽ ചേർക്കാൻ ചെന്നപ്പോൾ ഈ പേരുകളൊന്നും വച്ചിട്ട് സ്കൂളിൽ ചേർത്തു പഠിപ്പിക്കാൻ ബുദ്ധിമുട്ടാണെന്ന് ഹെഡ്മാസ്റ്റർ പറഞ്ഞു. അപ്പൂപ്പൻ പറഞ്ഞു എന്റെ മക്കളെ ഈ പേര് തന്നെ ചേർത്തേ ഞാൻ സ്കൂളിൽ പഠിപ്പിക്കൂ. ഏതായാലും അപ്പൂപ്പൻ വിജയിച്ചു, പേര് മാറ്റിയില്ല.

ബ്ലൂ ലൈറ്റ് എന്ന അമ്മയുടെ മോൻ ഞാൻ എൽ.പി. സ്കൂളിൽ പഠിക്കുന്ന സമയത്ത് ചേർത്തലയിലെ എന്റെ വീട്ടിൽ താമസിച്ചാണ് SN കോളേജിൽ ഡിഗ്രിയുടെ എക്സാം എഴുതിയത്. മാമന്റെ പേര് ഗ്ലാക്സോ എന്നാണ്. അദ്ദേഹം ഇപ്പോൾ ജീവിച്ചിരിപ്പില്ല. ഈ പേരും അപ്പൂപ്പൻ തന്നെ ഇട്ടതാണ്. എം.ജി. യൂണിവേഴ്സിറ്റിയിൽ നിന്ന് അന്നൊക്കെ സർട്ടിഫിക്കറ്റ് (പി.ജി.യുടെ ആണെന്ന് തോന്നുന്നു) അയച്ചു കൊടുക്കുകയാണ് സാധാരണ ചെയ്യുന്നത്. മാമന് ലെറ്റർ വന്നത് നേരിട്ട് ചെന്ന് വാങ്ങണം എന്നാണ്. മാമൻ അവിടെ ചെന്നപ്പോൾ പറയുകയാണ് ഈ പേരുകാരനെ ഒന്ന് നേരിട്ട് കാണാൻ വേണ്ടിയിട്ടാണ് വരാൻ നിർദ്ദേശിച്ചതെന്ന്. ഏതായാലും പേരുകൊണ്ട് വരുന്ന പൊല്ലാപ്പുകൾ ചില്ലറയല്ല. മാമൻ ഗവൺമെന്റ് സർവീസിൽനിന്ന് റിട്ടയർ ചെയ്ത ആളായിരുന്നു. ഇതുകൂടി കേട്ടതോടെ കൈനകരിക്കാരെ ഓഫീസിൽ എല്ലാവരും സമ്മതിച്ചു.

ഒരാഴ്ച കഴിഞ്ഞപ്പോൾ നമ്മുടെ ക്യാഷർ ചിരിച്ചുകൊണ്ട് വന്നുപറയുന്നു, മാഡം സംഘർഷണൻ എന്നുവച്ചാൽ ശ്രീകൃഷ്ണന്റെ പര്യായപദമാണ്. ഇന്നലെ മോന്റെ പിറന്നാളിന് ഭാഗവതം വായനയുണ്ടായിരുന്നു. അപ്പോഴാണ് മനസ്സിലായത്. എല്ലാവരും ചിരിച്ചു പോയി.

വെറുതെ എന്തൊക്കെ ചിന്തിച്ചു..!

ക്യാഷ് കൗണ്ടറിൽ സംഭവിച്ച തെറ്റ്

ഒരു ദിവസം രാവിലെ ക്യാഷ് കൗണ്ടറിൽ ഒരു തർക്കം നടക്കുന്നു. ശബ്ദം എന്റെ റൂമിൽ വരെ കേൾക്കുന്നുണ്ട്. ചില്ലറ ഇല്ലാത്തതിന്റെ തർക്കം പതിവാണ്. ഞാൻ അങ്ങനെ തന്നെ കരുതി.

കുറച്ചു കഴിഞ്ഞപ്പോൾ വയസ്സായ ഒരാൾ എന്റെ മുറിയിലേയ്ക്ക് കയറി വന്നു. ദൈന്യതയുള്ള മുഖഭാവം. കാവിമുണ്ടും ചന്ദന നിറത്തിലുള്ള ഷർട്ടും ധരിച്ചു വേവലാതിയോടെ നിൽക്കുന്ന ആളിനെ കണ്ടപ്പോൾ എന്തോ എനിക്ക് അറിയുന്ന, അടുപ്പമുള്ള ആരെയോ പോലെ തോന്നി. ഇരിക്കാൻ പറഞ്ഞു. വേണ്ട സാറേ ഞാൻ നിന്നോളാം എന്ന് അദ്ദേഹം പറഞ്ഞു. നിർബന്ധിച്ച് ഇരുത്തി കാര്യം ചോദിച്ചു.

വീട് SC സെറ്റിൽമെന്റ് കോളനിയിൽ ആണ്. കഴിഞ്ഞ തവണയിലെ കറന്റ് ചാർജ് ഞാൻ മൂന്നാലു ദിവസം മുന്നേ അടച്ചിരുന്നു. എന്നാൽ ഇന്നലെ ഇവിടുന്ന് കറന്റ് കട്ട് ചെയ്യാൻ ആളു വന്നിരുന്നു. ഞാൻ രസീത് കാണിച്ചപ്പോൾ അതിൽ മൂന്നു രൂപാ മാത്രം അടച്ചതായി കാണിക്കുന്നു. 297 രൂപയുടെ ബില്ലായിരുന്നു. ഞാൻ 300 രൂപയാണ് കൊടുത്തത്. ബാക്കി മൂന്നു രൂപ കാഷ്യർ സാർ തരുകയും ചെയ്തു. ബില്ലിൽ ഞാൻ നോക്കിയില്ല സാറേ. ഞാൻ കരുതിയത് മുഴുവൻ തുകയും കാണും എന്നാണ്. ഇപ്പോൾ ഞാൻ കാഷ്യറിനോട് ഇത് ചോദിച്ചപ്പോൾ ഞാൻ മൂന്നു രൂപയേ കൊടുത്തിരുന്നുള്ളൂ എന്നു പറയുന്നു. വീട്ടിൽ എല്ലാവരും എന്നോട് വഴക്കുണ്ടാക്കുന്നു ഞാൻ നേരെ ചൊവ്വേ നോക്കാഞ്ഞിട്ടാണ് ഇങ്ങനെയൊക്കെയുണ്ടായത്. ബില്ല് അപ്പോൾ തന്നെ നോക്കിയിരുന്നു. എങ്കിൽ പ്രശ്നം ഉണ്ടാവില്ലായിരുന്നു എന്നാണ് അവർ പറയുന്നത്.

ഞാൻ കാഷ്യറെ വിളിപ്പിച്ചു. ആൾ ഇതുവരെ ഒരു തിരിമറിയും കാണിച്ചിട്ടുള്ള ആളല്ല. വളരെ സ്ട്രെയിറ്റ് ആയ പെരുമാറ്റം. പൊതുവെ കാഷ്യർമാർ മാത്രം വിചാരിച്ചാൽ കെ.എസ്.ഇ.ബി.യിൽ സാമ്പത്തിക തിരിമറി നടത്തുവാൻ ബുദ്ധിമുട്ടാണ്. ബില്ല് ജെനറേ

റ്റ് ചെയ്യുന്നത് വേറെ ആൾക്കാർ ആണ്. വീണ്ടും കളക്ഷൻ ചെക്ക് ചെയ്യുന്നതിലും കാഷ്യർക്ക് ബന്ധമില്ല. പിന്നെ ഇതുപോലെ ഷോർട്ട് കളക്ഷൻ മാത്രമേ പ്രശ്നം വരാറുള്ളൂ. അങ്ങനെ ഒരു ഹിസ്റ്ററി ഉള്ള ആളുമല്ല നമ്മുടെ കാഷ്യർ.

കാഷ്യർ വന്നു. ഞാൻ കാര്യം ചോദിച്ചു. ആൾ പറഞ്ഞത് ആ കൺസ്യൂമർ മൂന്നു രൂപയെ അടച്ചുള്ളൂ എന്നാണ്. ആ പറഞ്ഞ ഉത്തരം കേട്ട് ഞാൻ ആ കണ്ണിൽസൂക്ഷിച്ചു നോക്കി നിന്നു. മുഖം തരാൻ മടിക്കുന്നു. ഒരു വാദത്തിനു വേണ്ടി മാത്രം പറയാവുന്ന ഉത്തരം. നിയമം പറഞ്ഞാലും നിലനിൽക്കും. പക്ഷേ മനഃസാക്ഷിയ്ക്ക് നിരക്കാത്ത ഉത്തരം എന്നു വ്യക്തമായും പറയാൻ സാധിക്കും. ഒരാൾ മൂന്നു രൂപാ കറന്റ് ചാർജ് അടയ്ക്കാൻ ഇരുപത് രൂപാ വണ്ടിക്കൂലി കൊടുത്തു വരുന്നു. എന്തൊരു വിരോധാഭാസം അല്ലേ..!

ഒരു കാര്യം എനിക്ക് മനസ്സിലായി. കൺസ്യൂമർ കൊടുത്തത് മുന്നൂറു രൂപ തന്നെയാണ്. എല്ലാ കാഷ്യർമാരും ചെയ്യുന്നത് ഞാൻ ശ്രദ്ധിച്ചിട്ടുണ്ട്, ആദ്യം കാൽക്കുലേറ്ററിൽ കൺസ്യുമർ കൊടുക്കുന്ന തുക ടൈപ്പ് ചെയ്യും എന്നിട്ട് അതിൽ നിന്ന് ബിൽ തുക കുറയ്ക്കും. അപ്പോൾ കിട്ടുന്ന തുകയാണ് ബാലൻസ് ആയി കൊടുക്കുക. കാഷ്യർ ബാലൻസ് തുകയായ മൂന്നു രൂപ തെറ്റി ബിൽ തുകയുടെ സ്ഥാനത്ത് കമ്പ്യൂട്ടറിൽ ടൈപ്പ് ചെയ്തു. പ്രിന്റിൽ മൂന്നു രൂപ അടച്ചതായിട്ടും വന്നു. നമ്മുടെ കൺസ്യൂമർ വന്നു ചോദിച്ചപ്പോൾ ആദ്യം മൂന്നു രൂപയെ അടച്ചുള്ളൂ എന്ന് ഒട്ടും ആലോചിക്കാതെ പറഞ്ഞും പോയി. ഇനി മാറ്റി പറയാൻ വിഷമം. തന്നെയുമല്ല അന്നത്തെ കളക്ഷനിൽ എക്സെസ്സ് വന്നത് അക്കൗണ്ട് ചെയ്തിട്ടുമില്ല. സമ്മതിച്ചാൽ അത് കാഷ്യർ എടുത്തതായും വരും. അതാണ് അദ്ദേഹം ആ ഒരു സ്റ്റാൻഡിൽ നിൽക്കുന്നത്. പക്ഷേ ആൾക്ക് നല്ല വിഷമവും കുറ്റബോധവും ഉണ്ട്. ഞാൻ കാഷ്യറോട് പൊയ്ക്കോളാൻ പറഞ്ഞു.

ഇതു കഴിഞ്ഞപ്പോൾ നമ്മുടെ കൺസ്യൂമർ എന്നോട്, ഞാൻ എന്ത് ചെയ്യണം സാറെ... എന്റെ മകൻ കൂലിപ്പണിക്ക് പോയി കൊണ്ടു വരുന്ന പൈസയാണ്, എന്നു പറഞ്ഞു കഴിഞ്ഞപ്പോൾ ആ കണ്ണുകൾ നിറഞ്ഞു വരുന്നത് ഞാൻ കണ്ടു. ഞാൻ ബാഗിൽ നിന്ന് മുന്നൂറ് രൂപയെടുത്ത് അദ്ദേഹത്തിന് നേർക്ക് നീട്ടി. ഇത് കൊണ്ടുപോയി പണമടയ്ക്കാൻ അപേക്ഷിച്ചു. അദ്ദേഹം അതു വാങ്ങില്ല എന്നു വാശി പിടിച്ചു. വേണ്ട സാറെ... സാർ കൈയിൽ നി

ന്ന് മുടക്കണ്ട അതു ശരിയാവില്ല എന്നൊക്കെ പറഞ്ഞു. അപ്പോൾ ഞാനാ കൈപിടിച്ച് പറഞ്ഞു. എനിക്ക് മകളുടെ പ്രായമേയുള്ളൂ അതുകൊണ്ട് ഇത് വാങ്ങാം. അന്നേരം അദ്ദേഹം കണ്ണു നിറഞ്ഞു കൊണ്ട് പറഞ്ഞു. എനിക്ക് എൺപത്തിരണ്ടു വയസ്സുണ്ട് എന്റെ മകന് അൻപത്തിയേഴു വയസ്സായി. അപ്പോൾപിന്നെ കൊച്ചു മകൾ ആയി കരുതി വാങ്ങിയാൽ മതി എന്നു പറഞ്ഞു ഞാനാ പൈസ അദ്ദേഹത്തെ ഏല്പിച്ചു.

ഒരു ഓഫീസർ എന്ന നിലയിൽ ആ തെറ്റ് ഞാൻ ഏറ്റെടുത്ത താണ്. കാരണം പലതവണ ഈ സെക്ഷനെ ഡിവിഷന്റെ കീഴിലെ ബെസ്റ്റ് സെക്ഷൻ ആയി തെരെഞ്ഞെടുത്തിട്ടുണ്ട്. ഒരു ടീം വർക്കി ന്റെ വിജയം ആയിരുന്നു അത്. അത്ര നല്ല ജീവനക്കാർ ആയിരു ന്നു എന്റെ കൂടെ ഉണ്ടായിരുന്നത്. എന്നിട്ടും ആ സമ്മാനം എല്ലാ തവണയും ഏറ്റുവാങ്ങിയിരുന്നത് ഓഫീസർ എന്ന നിലയിൽ ഞാൻ തന്നെയായിരുന്നു. അപ്പോൾ ഒരു തെറ്റ് ഏതു ജീവനക്കാ രൻ ചെയ്താലും അതേറ്റെടുക്കേണ്ടതും എന്റെ ഉത്തരവാദിത്തം തന്നെയാണ്.

വളരെ എളുപ്പത്തിൽ തിരുത്താവുന്ന ഒരു തെറ്റ് ആയിരു ന്നു. എനിക്ക് ഒരബദ്ധം പറ്റിയതാണ് എന്നു പറഞ്ഞു ആ ബിൽ അപ്പോൾ അടച്ചു കൊടുത്തിരുന്നു എങ്കിൽ ആരും അറിയാതെ അത് അവിടെ തീർന്നു പോകേണ്ടതായിരുന്നു.

നമ്മളിൽ പലരെ സംബന്ധിച്ചിടത്തോളം ഒരു മുന്നൂറു രൂപ വലിയ വില കാണില്ല. പക്ഷേ അതു വളരെ വലിയ ഒരു തുക തന്നെയാണ് മറ്റു ചിലർക്ക്... അതുകൊണ്ട് കമ്പ്യൂട്ടറിൽ ഞാൻ ഒന്നുകൂടി പരിശോധിച്ച് ഇതിനു മുൻപ് ഒരു തവണ പോലും തെറ്റി ച്ചിട്ടില്ല എന്ന് ഉറപ്പുവരുത്തി.

ഞാൻ ചെയ്തത് ശരിയോ എന്നതിൽ നിങ്ങൾക്ക് സംശയം തോന്നാം. കാഷ്യർക്ക് ശിക്ഷ കൊടുക്കേണ്ടതായിരുന്നു എന്നും തോന്നും. എന്നാൽ എനിക്ക് അയാളിൽ ഒരു വിശ്വാസം തോന്നി. പിന്നെ നമ്മളൊക്കെ സാധാരണ മനുഷ്യരല്ലേ തെറ്റ് പറ്റാം. ഇനി അയാൾ അത് ആവർത്തിക്കില്ല എന്ന ഒരു വിശ്വാസം. ഒരു തെറ്റ് ക്ഷമിക്കാം എന്നും കരുതി. കാരണം ജീവനക്കാരുടെ മദ്ധ്യത്തിൽ വച്ച് ചോദ്യം ചെയ്താൽ അയാൾ പൈസ അടയ്ക്കും എന്നെനി ക്കറിയാം. പക്ഷേ അയാൾക്ക് ആ മാനക്കേട് ഒരിക്കലും മറക്കാൻ പറ്റില്ല. അത് ഇതിലും വലിയ വിഷമം ആയിരിക്കും. അല്ലാതെ തന്നെ അയാൾക്ക് കുറേ ദിവസങ്ങളോളം ഈ സംഭവം മാനസിക

ബുദ്ധിമുട്ട് ഉണ്ടാക്കിക്കാണണം. അതു തന്നെ വലിയ ശിക്ഷ.

ഇത് എഴുതണോ വേണ്ടയോ എന്ന് പല തവണ ഞാൻ ആലോചിച്ചു. പിന്നെ എഴുതാം എന്നുവച്ചു. കാരണം സർവീസിൽ ഇരിക്കുന്നവരും ഇനി വരാൻ പോകുന്നവരുമായ ആരെങ്കിലും ഇത് വായിച്ചാൽ ഗുണമാവും എന്ന ഒരു പ്രതീക്ഷയിൽ ആണ്.

നമ്മൾ കെ.എസ്.ഇ.ബി. ക്കാർ കണ്ണു കൊണ്ട് കാണാൻ പറ്റാത്ത വളരെ അപകടകാരിയായ വൈദ്യുതി; വേണ്ട മുൻകരുതൽ എടുത്ത ശേഷം അതിന്റെ സാന്നിദ്ധ്യം ഇല്ല അല്ലെങ്കിൽ ജോലിക്കിടയിൽ കടന്നു വരില്ല എന്ന വിശ്വാസത്തിൽ പോസ്റ്റിൽ കയറി ജോലി ചെയ്യുന്നവർ അല്ലെങ്കിൽ അത് തരുന്ന ഫലത്തിൽ ജീവിക്കുന്നവർ ആണ്. ദൈവത്തെ വിശ്വസിക്കുന്നതു പോലെ...! ആ വിശ്വാസത്തിൽ അറിഞ്ഞുകൊണ്ട് ആരുടെയും കണ്ണുനീർ പുരളാതെ നോക്കണം എന്ന ഒരപേക്ഷ മാത്രം.